சூர்ப்பனகை

மலையாள மூலம்: கெ.ஆர். மீரா

தமிழில்: கே.வி. ஷைலஜா

சூர்ப்பனகை	:	சிறுகதைகள்
ஆசிரியர்	:	கெ.ஆர்.மீரா
தமிழில்	:	கே.வி.ஷைலஜா
	:	© ஆசிரியருக்கு
முதற்பதிப்பு	:	ஜனவரி 2009
மூன்றாம் பதிப்பு	:	ஜனவரி 2026
வெளியீடு	:	வம்சி புக்ஸ்
		19, டி.எம்.சாரோன்,
		திருவண்ணாமலை - 606 601
		செல்: 9445870995 , 04175 - 235806
அச்சாக்கம்	:	ஆதவன் ஆர்ட் பிரிண்ட் , சென்னை - 600116
விலை	:	₹ 150 / -
ISBN	:	978-81-908193-3-6

Soorpanagai	:	Short Stories
Author	:	K.R. Meera
InTamil	:	K.V. Shylaja
	:	© Author
First Edition	:	January 2009
Third Edition	:	January 2026
Published by	:	Vamsi books
		19.D.M.Saron,
		Tiruvannamalai - 606 601.
		9445870995 , 04175 - 235806
Printed by	:	Aadhavan Art Print, Chennai - 600116
Price	:	₹ 150 /-
ISBN	:	978-81-908193-3-6

www.vamsibooks.com - e - mail: kvshylajatvm@gmail.com

All rights reserved. No part of this book may be reprinted or reproduced or utilised in any form or by any electronic, mechanical or other means, now known or hereafter invented, including photocopying and recording, or in any information storage or retrieval system, without permission in writing from the publisher.

நான் எழுதும் ஒவ்வொரு எழுத்தையும்
கைப்பிடித்து அழைத்துப்போய்
எங்களூர் மலைஉச்சியில் வைத்து
அழகு பார்க்கும் பிரபஞ்சனுக்கும்...

என் எழுத்தின் பரிணாமங்களை
நிறங்களாய்ப் பிரதிபலிக்கும் கிருஷிக்கும்...

நன்றி

வார்த்தைகளின் இடையில் சிக்கி வெளிவர வழிதெரியாமல் தவித்தபோது, என்னை வெளிக்கொணர்ந்த மாதவி மற்றும் சுகானா, தட்டச்சு செய்த சுஜாதா, பாஸ்கர், இந்துப்ரியா, சிந்துஜா, உடனிருந்து உற்ற தோழனாய் உதவிய பாலாஜி,என்னுடனே இதன் அச்சேற்றம்வரை இயங்கிய கே.வி.ஜெயஸ்ரீ, எல்லாவற்றிற்கும் மேலாக என் எழுத்துகளின் முதல் வாசகனும் இரக்கமில்லாத விமர்சகனுமான பவாசெல்லதுரைக்கும்....

உள்ளே போகும்முன்...

நான்கைந்து வருடங்களாக, மொழிபெயர்ப்பில் ஈடுபடாமல் தொடர்ந்த வாசிப்பில், என்னைக் கடந்துபோக முடியாமல் செய்தவர்களில் முக்கியமானவர் கெ. ஆர். மீரா.

தமிழில் பெண்ணியக் கவிதை, கதை, நாவல், பெண்ணிய மொழி என்ற தளங்களில் பரவலாக இயங்கிக் கொண்டிருக்கும் பல ஸ்நேகிதிகளைத் தாண்டி மலையாளப் பரப்பில் என் மனதுக்கு இசைவாய் இருக்கிறார் மீரா.

எந்தக் கழிவிரக்கத்தையும் கோராமல், படித்து முடித்தபின், ஒரு பெண்மருத்துவரின் அறைக்குறிப்புகள் போலல்லாமல், நிதர்சனமாக முழுச்சுதந்திரத்தோடும் மேன்மையாகவும் வாழ ஆசைப்படும் பெண்களில் இரண்டு சதவீதம் பேர் தவிர மீதமிருக்கும் பெண்களின் நிலைதான் மீராவின் கதாபாத்திரங்கள்.

மிக நீண்ட நாட்களுக்குப் பிறகு பல தர்க்கங்களை என்னுள் கிளறிவிட்டது இத்தொகுப்பு. குறிப்பாக 'செய்திகளின் நாற்றம்' என்ற கதையில் வரும் அன்னா என்னை ஆட்கொண்டாள். இரவு இரண்டு மணிக்கு இக்கதையை முழுமை செய்த பிறகும், அதிலிருந்து வெளிவர முடியாமல் எங்கே விடிவதற்குள் மனப்பிறழ்வு ஏற்பட்டுவிடுமோ என்ற பயத்தில் சுருண்டு கிடந்தேன். அன்னாவைப் போல ஒருத்தியை வாசிப்பதற்கே நம்மால் முடியாதபோது எப்படி அவள் வாழ்வது?

அவள்தான் தொண்ணூறு சதவீதப் பெண்களின் பிரதிநிதியாய் இருக்கிறாள். நமக்குள் எந்தச் சந்தடியும் இல்லாமல் ஆழ்ந்து யோசிக்கும்போது அழுகையும் ஆத்திரமுமாய்ப் பொங்குகிறது. நிறைவேறாத ஆசைகளோடும், சபிக்கப்பட்ட வாழ்வின் எதார்த்தங்களோடும் நானும் நீங்களும் பிரபஞ்ச வெளிகளில் அலைகிறோம்.

இதற்குமேல் என்ன வேண்டியிருக்கிறது, நாம் நன்றாகத்தானே இருக்கிறோம் ஒரு பிரச்னையும் இல்லையே, என்று வாழ்வு குறித்து எந்தப் புகாரும் இல்லாத சாவித்திரி, கணவன் தனக்கு ஏற்பட்ட சில அசௌகரியங்களுக்காக அவளிடம் மன்னிப்பு கேட்பதைப் பொறுக்கமுடியாமல் உயிரை விடுகிறாள்.

பாலியல் குற்றங்களை ஒருபோதும், ஒருபோதும் ஒரு பெண் தனியாகச் செய்ய முடியாது என்று எத்தனை சொன்னாலும் ஏற்க மறுக்கிற இந்தச் சமூதாயத்தின்மேல் வெறுப்பை உமிழும் சுஜித்ரா....

மிகத் திறமையாக இருந்தாலும் தன் அபிலாஷைகள் நிறைவேறாமல் போனதுடன் உயிரை மாய்த்துக்கொண்டு, மலையக மக்களின் சடங்குபடி திருமணமாகாத பெண் இறந்தால், திருமணமாகாத ஆணின் ஜாதகம் தேடி அவர்கள் இருவருக்கும் திருமணம் செய்யும் சடங்கிற்கு உட்படுத்தப்பட்டு குறிப்பிடப்படாத, ஒடுக்கப்பட்ட பெண்களின் குறியீடாக இருக்கும் அந்தக் கறுத்த ஆதிவாசிப் பெண்.

சந்தோஷத்தின் எல்லாக் கதவுகளும் அடைக்கப்பட்டு, உடல் மனச்சோர்வின் விளிம்பிலிருக்கும் அவள் பிரியம் கசியும் ஒரு வார்த்தைக்கும், மனதிற்கும் ஏங்குபவளாய் எல்லா இடத்திலும் வாழ்வும், துள்ளலும் நிராகரிக்கப்பட்ட, நோயாளிப் பெண்ணாய்...

கார்ஃப் மீன்களைப் பார்த்து விக்கித்துப் போன, பகிர்ந்துக் கொள்ள முடியாத கனவுகளைச் சுமந்த சரளாக்கள்....

என் கனவு முழுவதும் மீன்கள், இளநீல நிறத்தில் ஆரஞ்சுநிறச் செதில்களும் ஆழ்ந்த ரோஜாநிறக் கண்களுமாய், நீலநிற மீன்கள்...

அளவாய்ச் செதுக்கப்பட்ட
கண்ணாடித் தொட்டிக்குள்
கம்பீரமாய் நீந்தி விளையாடுகிறேன்.
தினம் தினம் அக்கறையோடு
சுத்தம் செய்யப்படும் தண்ணீர்.
பதப்படுத்தப்பட்ட செடிகொடிகள்
தேடி அலையாமல் வாய்க்குள்
வந்து விழும் உணவு
தேவையைச் சரியாய்ப் புரிந்துகொண்டு
அளிக்கப்படும் பொழுதுபோக்குகள்.
என் இருத்தல் பார்ப்பவர்களுக்கு
நான் கொடுக்கும் சந்தோஷம்,
அழகாய் வளைந்து நெளிந்து
பொன்நிறத்தில் மின்னி
வாலசைத்து தலையசைத்து
சந்தோஷம் காட்டுவதாய்
எல்லாச் சுதந்திரங்களோடும்
எவ்விதச் சுதந்திரமுமின்றி.

மனம் கனத்துவிட்டது. பெருமூச்சுகளின் இடைவெளிகளில் தொக்கி நிற்கிறது வார்த்தைகள். இனி உங்கள் பார்வைக்கும் விமர்சனத்திற்கும்...

எளிமையான அன்போடு
கே.வி. ஷைலஜா

உள்ளே....

1. சூர்ப்பனகை — 9

2. செய்திகளின் நாற்றம் — 21

3. அர்த்த ராத்திரிகளின் ஆத்மா — 37

4. பாயிப்பாட்டிலிருந்து பேஸ்மேக்கர் வரை — 49

5. மோகமஞ்சள் — 61

6. இதயம் நம்மை ஆக்கிரமிக்கிறது — 74

7. இறந்தவளின் கல்யாணம் — 84

8. தனித்துவமான பூனை — 94

சூர்ப்பனகை

கோழிக்கோட்டில் ஐஸ்க்ரீம் தொழிலாளர்களின் வேலை நிறுத்தம் உச்சகட்டத்தில் இருந்தபோது தான் பி.பி.அனகாவிற்குக் கல்லூரி விரிவுரையாளராக வேலை கிடைத்தது.

முதல் நாள் வகுப்பில் நுழைந்தவுடனேயே கரும் பலகையில் எழுதியிருந்ததைப் பார்த்தாள்.

"சூர்ப்பனகையை வரவேற்கிறோம்"

பி.பி அனகா திரும்பி நின்று கரும்பலகையை துடைக்கத்துவங்கினவுடன் காகித அம்புகள் மேலே வந்து விழுந்தன. அதனை அலட்சியப்படுத்தி தன் முதல் வகுப்பினை ஆரம்பிக்க நினைத்த தருணத்தில் கடைசி பெஞ்சில் உட்கார்ந்திருந்த மாணவன் மெதுவாக எழுந்தான்.

"மிஸ் ஒரு சந்தேகம்"

"கேளுங்க....."

"மிஸ் நீங்க பெண்ணியவாதி தானே? அப்படின்னா 'பேன் தி ப்ரா' இயக்கத்தைக் குறித்து உங்கள் அபிப்ராயம் என்ன?"

கோபத்தோடு அனகா அவனை வகுப்பிலிருந்து வெளியேறச் சொன்னாள்.

சற்று நிதானித்து அவனை வகுப்பிற்குள் அனுமதிக்க நினைத்த நேரத்தில் அந்த நிகழ்வு போராட்டமாக

உருமாறியிருந்தது. அவள் சமாதானமாய்ப் போக மறுத்தபோது போராட்டம் மேலும் வலுத்தது.

பெண்ணியவாதிகளின் தலைவியானதால் இயக்கத்தின் துணையும் கட்சியின் பின்புலமும் அனகாவிற்கு இருந்தது. கயிறு முறுக்குவதுபோலப் போராட்டம் இறுகியது. கல்லூரி கால வரையற்று மூடப்பட்டது. பெரிய பெரிய மார்புகள் வைத்து வரைந்த படங்களுக்கும் சுவரெழுத்துகளுக்குமிடையில் பதறாமல் நடந்த நாட்களில் உடன் பணிபுரியும் பேராசிரியர்களும் அனகாவை 'சூர்ப்பனகை' என்றே கூப்பிடத் தொடங்கியிருந்தார்கள். இதனாலெல்லாம் அனகா மனம் தளர்ந்து போகவில்லை. மூக்கும், முலைகளும் அறுக்கப்பட்ட சூர்ப்பனகையின்மீது அவளுக்கு எப்போதுமே மரியாதையிருந்தது. சரித்திரத்தில் ஆரம்ப குறியீடாகச் சூர்ப்பனகை இருந்தாளென்றாலும் அதுதானே யதார்த்த பெண்விடுதலை?

அகலம் குறைந்த சிறிய கட்டிலில் பச்சைநிற இரவு உடையணிந்து படுத்திருந்த அனகா பக்கத்திலிருந்த பத்து வயது மகள் சீதாவிடம் கேட்டாள்.

"சூர்ப்பனகையின் கதை தெரியுமா உனக்கு?"

"தெரியாது."

சீதாவின் முகம் கனத்திருந்தது.

சீதா அறைக்குள் வரும் பொழுது, அம்மு ஜோஸப் தரியனுடன் பேசிக் கொண்டிருந்தாள் அனகா. எப்போதும் போலான உரையாடல்தான் அது. தாராளமயமாக்கலின் பலனான உலகமயமாக்கலின் விளைவில் நிகழ்ந்த வியாபாரமயமாக்கல், பாலியல் சுதந்திரமின்மை, பெண் விடுதலை, பெண் தன்விருப்பத்தை அடையும் சுதந்திரம் என்று போய்க் கொண்டே இருந்த பேச்சு சீதா வந்த போது அறுபட்டது.

அம்முவின் பாப் செய்யப்பட்ட முடியும், நிறம் மங்கிய தொள தொளப்பான சுடிதாரும் சீதாவுக்கு எப்போதுமே பிடிக்காது. அவளுடைய வெறுப்பினைப் பல விதங்களில் வெளிப்படுத்தினாள். இதையெல்லாம் கவனித்துச் சகிக்க முடியாமல் போனபோது அம்மு எழுந்து வெளியே போனாள். அதைப்பார்த்த அனகாவிற்கு கோபம் வந்தாலும் வெளிக் காண்பிக்கவில்லை. அம்மாவின் நடவடிக்கைகளை எப்போதும் விமர்சிக்கும் பெண் அம்மு என்ற பிம்பத்தை வைத்திருக்கும் சீதாவின் மனதில் இன்னும் ஏன் கோபத்தை ஏற்ற வேண்டும்? அதனால்தான் ஒரு கதை சொல்லலாமே என்று நினைத்தாள். உடனே ராமாயணம் தான் ஞாபகத்திற்கு வந்தது. அதிலும் குறிப்பாக, குறைப்படுத்தப்பட்ட பெண்ணாய் சூர்ப்பனகை அவள் மனவெளிகளில் அலையத் தொடங்கினாள். கல்லூரியின் முதல்நாளும் கூடவே சேர்ந்து கொண்டது.

"ஷூர்ப்பனகை யாரு?"

சீதா அவளுடைய கான்வெண்ட் மலையாளத்தில் கேட்டாள். மிகவும் சுருக்கமாக அந்தக் கதையை சொல்லலாமா என்று அனகா யோசித்தாள். ஆனால் சூர்ப்பனகை யார்? பதிவிரதை சீதாவோடான காதலின் காரணமாக ராமனால் நிராகரிக்கப்பட்ட ராட்சஸி. அனகாவுக்குக் கதை சொல்ல முடியாமல் வார்த்தைகள் தன்னைச் சுருக்கிக் கொண்டன.

உயரமான கட்டிலுக்குப் பக்கத்தில் நீலநிற ஃபிளாஸ்டிக் சேரை இழுத்துப் போட்டுக்கொண்டு எந்தவித உற்சாகமும் இல்லாமல் உட்கார்ந்திருக்கும் சீதாவைப் பார்த்தபோது கதை சொல்லும் சுவாரசியம் முற்றிலும் வற்றிப்போய் மகளைக்கவனிக்க ஆரம்பித்தாள்.

சீதா உயரமாக வளர்ந்திருந்தாள். சிவப்புநிற டாப்ஸின் திறந்திருந்த வட்டமான கழுத்தினூடாக அவள் மகளின்

கெ. ஆர். மீரா.

மார்பினைப் பார்க்க நேரிட்டது. அவை சராசரியைவிட அதிகமாக வளர்ந்திருப்பதாய் அனகாவிற்குத் தோன்றியது. இருபத்தியெட்டா? முப்பதா? பத்து வயது பெண்ணுக்கு சாதாரணமாக மார்பளவு எதுவரை இருக்கலாம்?

எதுவரை இருக்கலாம் என்றெல்லாம் தெரியவில்லை ஆனாலும் சீதாவுக்கான வளர்ச்சி சற்று அதிகம்தான். கடைசியாகப் பார்த்தபோது அவள் இவ்வளவு புஷ்டியாக இல்லை. உயரமாகவும் இல்லை. நான்கு மாதத்திற்கு முன்பு பாலியல் தொழிலாளிகள் சம்மேளனத்திற்குப் போய்விட்டு வரும்பொழுதுதான் அனகா சீதாவின் ஹாஸ்டலில் இறங்கினாள்.

அனகாவைப் பார்த்தவுடன் ஹாஸ்டல் வார்டன் வழக்கம்போல, சீதாவைக் குறை சொல்ல ஆரம்பித்தாள். சீதா பைக்குள் எப்போதும் லேக்டோஜன் பால்பவுடர் டின்னை மறைத்து வைத்திருக்கிறாளென்றும், நேரம் கிடைக்கும்போதெல்லாம் வாரி வாரித் தின்கிறாளென்றும், அதனால் நடைபாதை முழுக்க எறும்புகள் வந்து பிரச்சனையாகிறதென்றும் மற்ற பிள்ளைகள் குறை சொல்கிறார்கள் என்றும் கூறினாள்.

சொந்த மகளை மற்றவர்கள் விமர்சித்தால் பெண்ணியவாதியானாலும் கோபம் வரும்தானே! அந்தக் கோபத்துடனே அனகா ஹாஸ்டலின் கருங்கல் தூண்களுள்ள நடைபாதையைக் கடந்து மகளைப் பார்க்கப் போன போது *"களிக்குடுக்கையில்" கன்றுக்குப் பசுவிடம் செல்லும் வழியை தேடிக் கொண்டிருந்தாள் சீதா

"வெக்கமாயில்ல உனக்கு?"

*களிக்குடுக்கை-கேரளாவில் வெளிவரும் குழந்தைகளுக்கான வாரப் பத்திரிகை.

மற்ற பிள்ளைகளுக்குக் கேட்கமால் குரலடக்கியபடி கேட்டாள் அனகா.

"நான் அனுப்பின புத்தங்கள் எல்லாம் எங்கே? தொலச்சிட்டியா?"

ரியோ டிஜெனிரோ கருத்தரங்கில் பங்கேற்கச் சென்றபோது பதினைந்து புத்தகங்களை அவளுக்கு வாங்கி அனுப்பினாள் அனகா. எல்லாமே கிளாஸிக்ஸ். ஆலிவர் ட்விஸ்ட், டேவிட் கோபர்ஃபீல்டு, ஹகில்பரிஃபின், டாம் சாயர் - கலர் படங்களோடிருக்கும் குழந்தைகளுக்கான பதிப்பு. அந்தப் பார்சலை சீதா பிரிக்கவேயில்லை என்பதைப் பார்த்ததும் கோபமாக வந்தது. அவளுடைய அழகு சாதனப்பெட்டியைப் பார்த்தபோது கோபம் மேலும் அதிகரித்தது. மின்னும் ஸ்டிக்கர் பொட்டுகள், கண்ணாடி வளையல்கள், பல நிறங்களில் கல்லும், முத்தும் ஒட்டப்பட்ட இமிடேஷன் நகைகள். அன்று இரவே அனகா, ராம்மோகனைத் தொலைபேசியில் அழைத்தாள். பேச்சு ஆரம்பத்திலேயே உஷ்ணமானது.

"அவள் பெண்ணியவாதியான பி.பி. அனகாவின் மகள் மட்டுமல்ல. என்னுடைய மகளும்தான்."

"ஆனால் எல்லோரும் அவளை அனகாவின் மகளாகத்தான் பார்க்கிறார்கள். எனக்கான சமூக மரியாதையைப் பற்றி நீங்கள் யோசித்திருக்க வேண்டும்."

"அனகா, அவளுக்குப் பத்து வயசுதானே ஆகுது? அந்த வயசுக்குரிய பொருட்களோடு விருப்பம் இருப்பது நியாயம் தானே?"

"எனக்குத் தெரியும். என் மேல உள்ள கோபத்தைத் தீர்க்க நீங்க அவளை ஸ்டீரியோடைப் பெண்ணாய் வளர்க்கப்பாக்கிறீங்க"

"தயவு செய்து அவளையும் ஒரு மனநோயாளியாக்காதே அனகா."

உஷ்ண உரையாடல் அதோடு தற்காலிகமாக அணைந்தது.

திருமணம்... அது தவறான முடிவாக இருந்தது.

அம்மு அன்றே சொன்னாள்.

"அனு ரொம்ப யோசிச்சு முடிவெடுக்க வேண்டிய விஷயம் இது. உனக்குப் பெரிய எதிர்காலம் இருக்கு. கேரளப் பெண்களின் வாழ்வோடு உனக்கொரு தவிர்க்க முடியாத பொறுப்பு இருக்கு"

எதைப்பற்றியும் அறிவுபூர்வமாய் யோசிக்கமுடியாத அன்றைய மனநிலையில் அனகா அதையும் ராம்மோகனோடு பகிர்ந்து கொண்டாள். அம்மு உன்னை சந்தோஷப்படுத்த புகழ்ந்து பேசியிருக்கிறாள் என்று ராம்மோகன் சொன்னான். பெண்களுக்கு அதிலும் குறிப்பாக பெண்ணியம் பேசும் பெண்களுக்கு தன்னைப் புகழ்ந்து பேசுவது மிகவும் பிடிக்குமென்றும், இந்த அம்முவே தினமும் அவளோட புருஷனைக் கட்டிப் பிடித்துக் கொண்டுதானே தூங்குகிறாள் அவளுக்கு அதன் தேவையிருக்கிறது தானே என்றும் ராம்மோகனின் கிண்டல் பேசிய தொனியில் அனகா விழுந்திருந்தாள்.

இனிப்பூட்டப்பட்ட வார்த்தைகள் கட்டுப்பெட்டியான பெண்களுக்கே பொருந்தும். சில நேரங்களில் வீழ்ச்சிகளை அறிந்து கொண்டே செய்யும் சாகசம்தான் பெண்ணியம்.

“ராம், நாம் ஏன் ஒன்றாய் சேர்ந்து வாழக்கூடாது.”

“அப்ப கல்யாணம்?”

“அது வேணுமா? ஜஸ்ட் லிவிங் டு கெதர்”

“ரேட் என்னன்னும் சொல்லிடேன்”

“புரியல ராம்!”

“எனக்குத் தெரிஞ்ச வரைக்கும் இப்படியான பெண்களுக்கு விடியும்போது அவங்க கேக்கற பணம் கொடுக்க வேண்டியதிருக்கும்”

“அது அவர்கள் வாழ்வதற்கான வழி”

“ஆமாம். அதனால் அதற்குக் கொஞ்சம்கூட மரியாதை இருக்கு”

இரண்டு வெவ்வேறு துருவங்கள். இரண்டு வெவ்வேறு உலகங்கள். இரண்டு வெவ்வேறு நூற்றாண்டுகள். தமக்குள் ஒத்து வராது என்று அனகா மிகச் சீக்கிரமே புரிந்து கொண்டாள்.

ஒரு ஆண் எப்படி இப்படி கட்டுப்பெட்டியாக வாழ முடிகிறது? குறுகலாக மட்டுமே யோசிக்க முடிகிறது? அடிப்படைவாதியாகவே தன் வாழ்நாளை நீட்டிக்க முடிகிறது?

ஆனால் தன்னையே புகழ்ந்துபேசும் பேச்சு, எதிரில் இருப்பவர்களை ஆசைப்பட வைக்கும் என்பதுபோல அனகா, ராமிடம் அடங்கிப் போனாள்.

இருந்தபோதிலும் வேட்டைக்காரனும், பறவையும் ஒரே வலையில் மாட்டிக் கொள்வதுதான் திருமணம் என்பதைச் சீக்கிரமே அவர்கள் புரிந்து கொண்டார்கள்.

“ராம் நீங்க என்னோட ப்ரஸ்ட்டைத் தொடக்கூடாது, அது எனக்குப் பிடிக்கல.”

''அனு, நான் வெளிப்படையா உங்கிட்ட கேக்கட்டா, உன்னை யாராவது குழந்தையாயிருக்கும்போது துன்புறுத்தியிருக்காங்களா?"

"ராம் ஆணும் பெண்ணும் இணைந்து வாழ்வதே வம்ச விருத்திக்காகத்தான். செக்ஸ் ஒரு சந்தோஷம் என்று மட்டும் வைத்துக்கொண்டால், பெண்ணின் உடலை ஒரு உபயோகப் பொருளாக மட்டுமே உங்களால் பார்க்க முடியும்''

''சுருக்கமாக சொல்லப் போனா நீயொரு மனநோயாளிதான்"

இப்படியான அறிவு தளத்திலான வாக்குவாதங்கள் அடிக்கடி இருவருக்கும் பிடிக்காமலேயே நடந்தேறியது. அப்படியும் சீதா பிறக்கும்வரை ஒன்றாகவே வாழ்ந்தார்கள். அறுவை சிகிச்சை மூலம் சீதா பிறந்த பதினோராம் நாளன்று அனகா தொடுபுழாவில் ஒரு வழக்கு காரணமாக போலீஸ் ஸ்டேஷன் தர்ணாவுக்கு போக வேண்டியிருந்தது. ரத்தத் தளிராயிருக்கும் தன் மகளுக்கு புட்டிப்பால் கொடுத்து விட்டு தர்ணாவுக்குப் போனபோதுதான் ராம்மோகன் மிகவும் மூர்க்கனாகிப் போனான்.

தனக்கான சமூகப் பொறுப்பினை அனகா நியாயப்படுத்தினாள். தன் குழந்தைக்குப் பால் கொடுப்பதைவிட பெரிய சமூகப் பொறுப்பு பெண்களுக்கு இல்லையென்று ராம்மோகன் வாதாடினான்.

ராம்மோகனுக்கு முலைகளில்லை. அதனால் பால் கொடுக்கும் முலைகளின் வேதனையை அவன் அறிந்தவனில்லை. நரம்புகளை உள்ளடக்கிய சிறிய சதைகளின் சக்தி, தோலினால் மூடப்பட்ட மாமிசம், கேவல், மூச்சு வாங்குதல், வலி, ரணம்... அதனிடையில் தர்ணாக்கள், செமினார்கள், கண்டன ஆர்பாட்டங்கள்...

நெருக்கம் கிடைக்கும்போது ஒரு ஆணின் ஆவேசத்தோடு அம்மாவின் மார்பில் தன்னைப் புதைத்துக் கொண்டாலும்கூட, குழந்தை சீதா சீக்கிரமாக லேக்டோஜனுக்குப் பழகியிருந்தாள். அதுவே அவளுக்கொரு பலவீனமான பழக்கமாகவும் மாறியிருந்தது. லேக்டோஜனை வாரித் தின்று வளர்ந்ததாலோ என்னவோ சீதா இப்படி வளர்ந்திருக்கிறாள் என அனகா சந்தேகித்தாள். உடல் நுகர் பொருளாகக்கூடாது என்பது சரிதான், ஆனாலும் உயரமான மெலிந்த உடல்களுக்குத்தான் இப்போது பெண்ணியவாதிகளுக்குள்ளும் மதிப்பும் மரியாதையும்.

நர்ஸ் பக்கத்தில் வந்தபோது சீதாவின் கையை எடுத்து விட்டுவிட்டு அனகா நர்ஸிடம் சென்றாள்.

"வீட்டுக்காரர் வந்திருக்காரா?" பல்ஸ் பார்க்கும்போது நர்ஸ் கேட்டாள்.

"இல்ல."

"பின்ன யார் உங்க உதவிக்கு இருக்காங்க?"

"என்னோட நண்பர்கள்"

"ஓ......"

நர்ஸ் பரிதாபத்துடன் அனகாவைப்பார்த்தாள். அவளுக்கு லேசாகச் சிரிப்பு வந்தது. அனகா பெருமையுடன் சீதாவைப் பார்த்தாள். சீதா சங்கடந்துடன் தலையைக் குனிந்து கொண்டாள்

அனகாவுக்கு சர்ஜரி முடிவானபோது சீதா ராம்மோகனின் வீட்டிலிருந்தாள். அவள் "ராம்மோகனைத் தொலைபேசியில் கூப்பிட்டாள்.

"சீதாவைக் கொஞ்சம் அனுப்புங்க. எனக்குத் திங்கட்கிழமை காலைல ஆபரேஷன்."

"உனக்கென்ன பிரச்சனை?"

"ப்ரஸ்ட் கேன்சர்... டாக்டர்கள் என்னோட மார்புகளை அறுத்தெறியப்போகிறார்கள்"

"கடவுளே"

ராம்மோகன் அதிர்ந்தது போலத் தோன்றியது.

அனகாவிற்குச் சிரிக்கவேண்டும் போல இருந்தது. இந்த அறுவைச்சிகிச்சைமூலம் நான் சரியான பொருள்படவும் சூர்பனகையாகிறேன்.

சுதந்திரமான வளாகிறேன் - உன்னுடைய வெறிக்கும் பார்வையிலிருந்து, கொஞ்சலிலிருந்து, வலிகளிலிருந்து நான் விமோசனமடைகிறேன்.

"நான் வரணுமா?"

ராம்மோகன், குரலில் இடறலுடன் கேட்டான்.

"வேண்டாம்"

டாக்டரும் இதையேத்தான் கேட்டார். "கணவர் வரவில்லையா?"

"இல்லை".

"சம்மதப் பத்திரத்தில் யார் கையெழுத்திடுவார்கள்?"

"நான்"

அனகா தீர்மானமாய்ச் சொன்னாள்.

என் உடல். நெஞ்சில் பால் சுரக்கும் நரம்புகளும் அடிவயிற்றில் கர்ப்பப்பையும் உள்ள என் உடல். இவைகளை அறுத்தெறிய வேண்டுமா? வேண்டாமா? என்று தீர்மானிக்க இது இரண்டுமில்லாத, இதன் வலி அறியாத ஒருத்தனின் சம்மதம் எனக்கெதற்கு டாக்டர்?

ரத்தக்கொதிப்பும், நாடியும் பரிசோதிக்கப்பட்டது. எல்லாம் சரியாக இருப்பதை உணர்ந்த நர்ஸ் வெளியே போவதற்கு முன் சொன்னாள்.

"பன்னிரண்டுமணிக்கு உள்ளே அனுப்பிடுவாங்க. மகளிடம் ஏதாவது பேசணும்னா பேசிடுங்க."

அனகா சீதாவைப் பார்த்தாள். என்ன பேச...?

''சீதா''

அனகா ஒரு பெண்ணியவாதியின் திடமான குரலில் மகளை அழைத்தாள்.

"எனக்கு ஆபரேஷன் நடக்கப் போகிறது. உனக்கு ஏதாவது நான் செய்ய வேண்டியிருந்தால் சொல்"

சீதா முதலில் பதறிப்போனாள். அனகா தொடர்ந்தாள்.

''என்ன வேணுன்னாலும் கேள். என்னால எதையும் செய்து தர முடியும். சர்ஜரி முடிந்து திரும்பி வராமல் போனால் உனக்கு வேண்டியதைச் செய்து தரவில்லையே என்ற வேதனை என் ஆத்மாவைச் சங்கடப் படுத்தாமலிருக்கட்டும்... ஏதாவது கேள் மகளே. அது என்னவாக வேண்டுமானாலும் இருக்கட்டும்"

சீதா உடனே பதில் ஒன்றும் சொல்லவில்லை. ஆனால் அவள் முகம் குழப்பத்தில் இறுகியது.

டாக்டர்கள் எப்படி இதை அறுத்தெடுப்பாங்க?

சர்ஜரி முடிந்தபின் மார்பு பார்க்க எப்படியிருக்கும்?

இனியொரு பாப்பா பிறந்தால் அம்மா எப்படி பால் கொடுக்க முடியும்?

இப்படியான கேள்விகள் சீதாவைத் துன்புறுத்தின. அனகாவிற்குத் தன் பொறுமையைத் தானே இழந்து கொண்டிருப்பதை உணரமுடிந்தது.

"உனக்கு வேண்டியதை மட்டும் கேட்டுத்தொலை'' என்று கத்திவிட்டாள்.

சூழல் இறுகியபோது சீதாவின் முகம் சிவந்தது. தன் டீ சர்ட்டின் முன் பக்கத்தைச் சங்கடத்துடன் திருகிக் கொண்டே, அனகா தன் மகள் எதை கேட்கக் கூடாதென்று பயந்தாளோ அதையே சீதா கேட்டாள்.

''அம்மாவின் முலைப்பால்''

பி.பி. அனகா அதிர்ந்தாள். லிங்காதிபத்யம், விமோசனம், விரும்பியதை அடைதல் - ஒரு மனோ பலத்திற்காக அனகா இதையே திருப்பித் திருப்பி சொல்லிக் கொண்டாள். பிறகு அவள் ஒரு போராளியின் பிடிவாதத்தோடு தன்மீது போர்த்தப்பட்டிருக்கும் பச்சைநிற உடையின் கழுத்தில் இருக்கும் கயிறுகளை இழுத்து அவிழ்த்தாள்.

''வா..... குடி.''

''நீண்ட நாட்களுக்குப் பிறகு திரும்பிப் பார்க்கும்பொழுது பி.பி. அனகா என்ற உன் அம்மா சக்திமிக்க ஒரு பெண்ணாக இருந்தாள் என்று நீ தெரிந்து கொள்ள வேண்டி, என் மகளுமான உனது விருப்பத்தை நிறைவேற்றிக் கொள்வதற்காக... வா..."

புற்றுநோயால் சிவந்து, கறுத்த, சின்னச் சின்ன கட்டிகள் முளைத்திருந்த அம்மாவின் முலைகளை சீதா ஒரு முறைதான் நேரெடுத்தாள்.

ஏற்க மறுத்த சூர்ப்பனகையின் மகள் எந்த உணர்வுமற்ற தொனியில் சொன்னாள்.

''எனக்கு லேக்டோஜனே போதும்...''

செய்திகளின் நாற்றம்

சதை அழுகுவது போலொரு நாற்றமது. அன்னா சந்தோஷ் பால் அவளுடைய இருபத்தியாறு வருட சுவாசப் பழக்கமுள்ள மூக்கை நுட்பமாக்கி மணம் பிடித்தாள். யாராயிருக்கும் இது? நாற்றம் மிக தூரத்திலிருந்து வந்தது. அதனால் வீட்டிற்குள்ளிருந்து இல்லை என நிச்சயித்துக் கொண்டாள். ஒருவேளை நீண்டநாள் படுக்கையில் கிடந்து படுக்கைப் புண் வந்த ஒரு நோயாளியிடமிருந்தா? இல்லை ஏதாவது மயானம் காக்கும் வெட்டியானிடமிருந்தா.....?

மேலே சொன்ன மூன்றுபேரில் ஒருவரிடம் இருந்து தான் இந்நாற்றம் வர வேண்டுமெனப் பத்திரிகையின் கடைசி பத்தியில் புதிய செய்திக்காக இடம் ஒதுக்கும் அவசரத்திலும் அன்னா தீர்மானித்தாள். புதிய செய்திக்கு, செய்தி கொண்டு வருபவன் செக்யூரிட்டியின் பல கேள்விகளுக்கும் பதில் சொல்லிவிட்டு பாஸ் வாங்கி கொண்டு படி ஏறி வரப்போகிற நிதானத்தின்மீது எரிச்சலுற்று பொறுமையின்றி உட்கார்ந்திருந்தாள்.

அவன் மாடி ஏறிவந்தவுடன் வழக்கம்போல நிமிர்ந்து பார்க்காமல் நாற்காலியைக் காட்டி உட்காரச் சொல்ல வேண்டுமென அன்னா தீர்மானித்தாள். அதே நேரம் அவனறியாமல், இடது கண்ணால் ஓரப்பார்வை பார்த்தால் அவனுடைய முகத்தின் ஆச்சரியத்தைக் கணித்து விட முடியும். முகத்தை நிமிர்த்தாமல், அரவம் கேட்காமல் என் வரவை நீங்கள் எப்படி உணர்ந்தீர்கள் என்று அவன் ஆச்சரியப்படக்கூடும். அன்னா அதைப் பொருட்படுத்தியதாகவே காட்டிக் கொள்ள

போவதில்லை. ஏனென்றால் சந்தோஷின் முகத்தில் இப்படியான ஆச்சரியத்தைப் பார்த்துப் பார்த்து பழக்கமாகிவிட்டது.

அது ஒரு காலம். அப்போதெல்லாம் மூன்று மணிக்கு முன்பே அன்னா மூன்றாவது பதிப்பினை அவசரப்பட்டு முடித்து விடுவாள். எடிட்டரின் இரவு நேரப்பணி முடிந்து செய்தி அறையின் கடைசியிலிருந்து பார்க் அவென்யூ ஷேவிங் லோஷனின் சீரான மணம் வரும். கூடவே தூக்கக் கலக்கமுள்ள கண்களைக் கசக்கியவாறே சந்தோசும் சத்தமில்லாமல் வருவான். கம்ப்யூட்டர் ஸ்கிரீனிலிருந்து தலையைத் திருப்பாமலும் முகத்தை நிமிர்த்தாமலும் அனிச்சையாய் அன்னா சொல்வாள், "ஃப்ளாஸ்கில் காஃபி இருக்கு."

திருமணமான ஆரம்பநாட்களில் அது சந்தோசுக்கு பெரிய ஆச்சர்யமாக இருந்தது. 'தலையைத் திருப்பாமல் நீ எப்படி என்னுடைய வருகையைத் தெரிந்து கொள்கிறாய்' என்று கேட்பான். அப்போதெல்லாம் தலையைத் திருப்பி மிகுந்த ப்ரியத்துடனும், பெருமிதத்துடனும் அன்னா சொல்வதுண்டு.

"தட்ஸ் நோஸ் ஃபார் நியூஸ்..."

அன்னா தன்னையறியாமல் தன் மூக்கைத் தடவிப் பார்த்தாள். அப்போதும் அதே நாற்றம் திரும்பி வந்தது. செக்யூரிட்டி கேபின்வரை இப்போது அந்த நாற்றம் பரவியிருக்குமென அன்னா யூகித்தாள். ஆனால் அதற்காகத் தலையை நிமிர்த்தவோ பரபரத்த எதிர்பார்ப்போ இன்றி பதற்றமற்றிருந்தாள். தன் நாற்பத்தெட்டு வயது அனுபவத்தில் இப்படி வருகிற செய்திகளின் நாற்றம் எங்கும் தங்கிவிடப் போவதில்லையெனவும், எப்படியும் தன்னை

சூர்ப்பனகை

வந்தடையும் எனவும் அவள் அறிந்திருந்தாள். இதழை முடிப்பதற்கான இறுதி நேரம் சமீபித்திருந்தது. பத்திரிகை ஆசிரியருக்கு இந்நேரமே "டெட்லைன்" என்ற கடைசி நிமிடம்.

"எனக்கு ஒரு டெட் லைன் சொல்லு.'' முன்பெல்லாம் வெளியில் போகும் சந்தோஷ் தான் எவ்வளவு நேரம் கழித்து வரலாம் என்பதை இப்படிக் கேட்பான். டெட் லைன் இல்லாமல் எந்த வாழ்க்கை, எந்த நிகழ்வு பூர்த்தியாகிறது? சன்னி பிறந்தபிறகு குளிக்கவோ, சாப்பிடவோ நிமிட நேரத்தைச் செலவிடும்போதும் கேட்பான். "என்னுடைய டெட் லைன் என்ன?"

அன்னாவுக்குச் சீக்கிரமாக தன் வேலையை முடிக்கத் தோன்றினாலும் சமீபமாக அவளுடைய பணி எப்போதும் தாமதமாகிறது. இன்றுகூடச் சொல்லிக் கொள்வதுபோல மாற்றங்கள் ஏதும் நான்காம் கட்டப் பத்திரிக்கையாளரின் பக்கத்தில் இல்லை. முதல் கட்டத்தின் தொடுபுழா இருளான் குந்நேல் சூர்யகுமாரை (22) மாற்றி, பதிலாக அந்த இடத்தில் கொச்சி, துருளையில் வெட்டிக் குழியில் சத்தியவான் (88) பிரதிஷ்டை செய்து, புராண இலக்கியவாதி பரவூர் எஸ். சங்கரதாசின் லேட் செய்தியை மாற்றி பதிலாக 'அபிநவ எப்பிஸ் கோப்பனின் மூத்த சகோதரன்' என்று பெரிய எழுத்துகளில் போட்டு இருளோமட்டம் தேவஸ்ய (74) என்பது போன்ற சின்னச் சின்ன மாற்றங்கள் மட்டும்தான் இருந்தது. அதெல்லாம் இரண்டாம் பதிப்பின் பக்கம் முடிக்கும் முன்பே அவள் முடித்திருந்தாள்.

பிறகு பக்கத்தை லேசர் பிரிண்ட் எடுத்துத் திருத்தம் செய்தால் என்ன என்று நினைத்தபோதுதான் அந்தப் பெண் 'இறந்த நிலையிலும்' தொல்லை கொடுத்துக் கொண்டிருந்தாள்.

கெ. ஆர். மீரா.

காஞரமட்டம் பஞ்சார குந்நேல் பவுல் என்பவரின் கீழே தான் அந்த செய்தி. மூன்றாம் பத்தியில் ஐந்தாவதாக காஞரமட்டம் பஞ்சார குந்நேல் பவுல் (98) இறந்துவிட்டார். சவஅடக்கம் இன்று மதியம் 2.00 மணிக்கு காஞரமட்டம் புத்தன் பள்ளியில் நடக்கும்.

உப்புக்குழியில் தெக்கேடத்து வீட்டில், காலம் சென்ற மரியா என்றொரு மனைவியும், பிள்ளைகள்: காலம் சென்ற மாத்யூ, லீலாம்மா, அன்னம்மா, மருமகள்கள்: காலம்சென்ற சோசா (முன்னாள் மாவட்ட செஷன்ஸ் ஜட்ஜ்) அலெக்சாண்டர், (தலைமை பொறியாளர் பி.டபிள்யூ.டி) நெப்போலியன், (முன்னாள் டி.சி.சி. பொதுச் செயலாளர்) என்ற செய்திக்கு மேல் இரண்டரை செ.மீட்டர் அகலமும் இரண்டரை செ.மீட்டர் நீளமுள்ள கட்டத்திற்கான இடம் விட்டு அதில் ஆணி அடித்து பவுலோவை அமர்த்தினாள். ஒன்றாம் இரண்டாம் எடிஷன்களில் பவுலோ சரியாகப் பொருந்தினார் (கடைசி நாட்களில் அதீதமான சர்க்கரை வியாதியாயிருந்தது அவருக்கு. தொடும் இடமெல்லாம் புண்ணாகி, புண்ணாகும் இடமெல்லாம் சீழ் வைத்து, முகத்துக்கு நேராக கெட்ட வார்த்தைகளால் திட்டும் ஹோம் நர்சுகளின் கவனிப்பில் வருடங்களை கடத்தியிருந்தார் அவர்) நிமிடங்களின் இடைவெளியில் அன்னா கவனிக்கத் தவறியபோது ஆணிகளை ஆட்டி பெயர்த்து பவுலோ வெளியேறினார். வேறு வழி இல்லாமல் அந்த இடத்தில் 'இறந்த நிலையில்' பிட்டை ஏற்றிப் படுக்க வைத்தாள்.

கடிகாரத்தைப் பார்க்காமலே டெட்லைன் நெருங்கி விட்டதென்று அன்னாவுக்குத் தெரிந்தது. வேலைக்குச் சேர்ந்து ஏழெட்டு வருடங்கள் கழிந்த பிறகும் அன்னா நேரம் பார்க்காமல் வேலை செய்யப் பழகிக் கொண்டாள். டெட் லைன் என்ற கடைசி நேரம் ஒரு பழக்கமாகிவிட்டிருந்தது. அந்த நேரத்தில் பக்கம் முடியவில்லையானால் படபடப்பு கூடும். சாகக் கிடக்கும்

போது ஒரு சொட்டுத் தண்ணீர் கிடைக்காத படபடப்பு அது.

அன்னாவுக்குத் தாகமாயிருந்தது. முன்பெல்லாம் சந்தோஷ் இந்த நேரத்தில் காபி ஊற்றித்தருவான் என்பதை நினைக்கவே கூடாதென்று தீர்மானித்திருந்தாலும் அதை நினைக்காமல் இருக்க முடியவில்லை. செய்தி கொண்டு வருபவர்கள் உட்காரும் நாற்காலிகளில் ஒன்றை இழுத்துபோட்டு உட்கார்ந்து சந்தோஷ் காபி ஊற்றித் தருவான். ஒரு கையை கீ போர்டில் வைத்தபடியே மறுகையால் வாங்கி மெதுவாக காபியை உறிஞ்சிக் குடித்தபடியே மூன்றாவது எடிஷனை முடிக்க வேண்டிய மூன்று மணிக்கும் நான்காம் எடிஷனை முடிக்க வேண்டிய நான்கு மணிக்கும் இடையில் வீட்டுச் செலவுகளைப் பற்றியும், வீடுகட்டும் கடன் குறித்தும், சன்னியின் படிப்பு குறித்தும், சாதாரணமான பல லௌகீக விஷயங்களை அவர்கள் பேசுவார்கள். அன்னா பேசிக்கொண்டே திருத்தங்களைச் செய்வாள். பக்கங்களின் லேசர் பிரிண்ட்களை ஒட்டிப்பார்த்த சந்தோஷ் தவறுகளைக் கண்டுபிடித்துச் சொல்வான்.

வி.எம். மான்ஸிலில் வீரான்கோயா என்பவரின் செய்தியை அஞ்சலிப் பக்கத்தின் மேல்மூலையில் சரிசெய்யும்போது அன்னா கேட்பாள். "காலையில இட்லிக்கு அரிசியும், உளுந்தும் ஊறப்போட மறந்துட்டோமே. ப்ரட் மட்டும் போதுமா?"

காலம்சென்ற ஈரேழ மானிடும்குழியில் லட்சுமிகுட்டி (90) யின் ஈமக்கிரியை இன்று என்ற வாசிப்பினிடையில் சந்தோஷ் சொல்வான், "இப்போதுதான் ஞாபகம் வருகிறது. அம்மச்சியின் தைலம் தீர்ந்துபோச்சு. நாளைக்கு ஞாபகப்படுத்து."

பிழைதிருத்தம் செய்துகொண்டிருந்த நேரத்தில், 'நகராட்சி சுகாதாரச் செயலாளர் இறந்த நிலையில்' என்ற தலைப்புச் செய்தியை அடிக்கும்போது சந்தோஷ் சிலநேரம் மெயின் டெஸ்க்கில் அன்று கேட்ட நகைச்சுவையைப் பகிர்ந்து கொள்வான். சிரிப்பை அடக்க முடியாத அன்னாவின் கை வழுக்கி கமிட்டி செயலாளரின் பிள்ளைகளின் அடைப்புக்குறிக்குள் தவறி ஓடிவிடும்.

நான்கு மணிக்கு அன்னா கடைசி பதிப்பையும் முடித்து, அச்சில் ஏற்றுவதற்கான கடைசிச் செய்தியைக் கொடுத்துவிட்டு வரும்போது சந்தோஷ் கீழே வந்து குளிர்ந்து உறைந்திருக்கும் பைக்கை மிதித்து ஸ்டார்ட் செய்து நிறுத்தியிருப்பான். நடுங்கும் குளிரும், மழைக்காலமுமாக இருந்தால் சுளீரென முகத்தில் அடிக்கும் அதிகாலை மழையையும் ஏற்று வண்டி வீட்டிற்குச் சீறிப்பாயும். நடுநடுங்கியபடி உள்ளே வந்தால் தூங்கிக் கொண்டிருக்கும் சன்னியின் நெற்றியில் முத்தமிட்டு, "பாவம், பத்திரிகையாளர் தம்பதிகள் குடும்பம் நடத்தும் கஷ்டம் பற்றி அவனுக்கு என்ன தெரியும்?" என்று ஏதாவது சிரிக்கமுடியாதபடி ஜோக் அடித்து சந்தோஷ் படுக்கையில் விழுந்து விடுவான். சன்னிக்கு மறுநாள் பள்ளிக்கூடமாக இருந்தால் ஆறுமணிக்குச் சமையலறைக்குப் போகக் கடிகாரத்தில் அலாரம் வைத்துவிட்டு அன்னா கட்டிலில் சந்தோசின் பக்கத்தில் நெருங்கிப் படுத்துக்கொள்வாள். சந்தோசின் உடலிலிருந்து அப்போது மூன்றாம் எடிஷனின் புரூஃப் காப்பியின் மணத்தை அவளால் நுகர முடியும்... சூடான செய்திகளின் மணம்.

அன்னா ஸ்கிரீனின் பக்கங்களைப் பார்த்தாள். 'பெண் இறந்த நிலையில்' அப்போதும் பழைய இடத்திலேயே இருந்தது. காஞரமட்டத்தின் பஞ்சாரக்குந்நேல்

பவுலோஸ், பொன்குன்றம் நவஜீவன் ஆண்ட்ரூ லூக்காஸின் மகன் எபி லூக்கா (2 1/2) இன்ச் மேலே ஏறி நின்றிருந்தது. அன்னா சற்று கோபத்துடன் கம்ப்யூட்டரின் மவுஸால் பவுலோஸின் படத்தின் காதைத் திருகினாள். பிறகு அவரை கீழே இழுத்த இழுபறியில் கொஞ்சம் இடம் மாறிப்போன எபிக்குட்டனை அவனுடைய செய்திக்கு நேராக நிறுத்தினாள்.

எங்கிட்டயா விளையாட்டு? அன்னா பவுலோவை புன்னகையோடு பார்த்தாள். ஒவ்வொரு நாளும் இதுபோல எத்தனை பெரியவர்கள்? எத்தனை பெண்கள்? எத்தனை குழந்தைகள்? சட்டென இருபத்தியாறு வருட சர்வீஸின் இடையில், தான் எத்தனை மாறிப்போயிருக்கிறோம் என்று ஆச்சரியத்தோடு யோசித்துப் பார்த்தாள்.

ஜர்னலிசத்தில் முனைவர் பட்டம் பெற்ற மூன்றாம்நாள், 'அன்னாவிடம் எங்களுக்கு நிறைய எதிர்பார்ப்பு உண்டு. அதனால் நம் பத்திரிகையின் மிகவும் முக்கியமான பக்கங்களின் பொறுப்பினை ஏற்க வேண்டும், எங்களுடைய எதிர்பார்ப்பை அன்னா நூறு சதவீதம் நிறைவேற்றுவீர்கள் என நம்புகிறோம்' என்று எழுதப்பட்ட கடிதத்தைப் படித்தபோது முழுவதுமாய் நொறுங்கிப் போனாள் அன்னா.

''என்னால முடியல'' அன்றைக்கு வெறும் காதலனாக மட்டுமிருந்த சந்தோசுக்கு முன்னால் தலையில் அடித்துக் கொண்டு அழுதாள்.

''அஞ்சலிச் செய்திகளின் பக்கத்தை நினைத்தால் எனக்குப் பயமாக இருக்கிறது. கனவெல்லாம் அதே வருமே.''

''இப்படி நம்பிக்கை இல்லாம பேசாதே அன்னா... திறமை உள்ள ஒரு ஜர்னலிஸ்ட் அஞ்சலிச்

செய்தி போடுவதிலும் தன் தனித்துவத்தைக் காண்பிக்கலாம்."

பத்து வருடங்களாக அஞ்சலிச்செய்திப் பக்கத்தைப் பூர்த்திசெய்திருந்த அரவிந்தாக்ஷன் நாயர் இந்த மாதத்தோடு பணி ஓய்வு பெற்றுப் போகிறார்.

"இதெல்லாம் ஒரு பிரச்சினையே இல்லை..." அன்னாவின் கண்ணீர் பார்த்து பரிதாபத்துடன் நாயர் சொன்னார்.

"பைபிளில் படிக்கலையா? மரிக்கும் பொழுது அவன் யாதொன்றும் கொண்டு போவதில்லை. அவனுடைய பெருமைகள் எதுவும் அவன் பின்னால் போவதுமில்லை."

அவர் போனபிறகும் அன்னா மனவேதனையுடன்தான் இருந்தாள். ஆனால் தன்னிச்சையாக மேசையின் மேலிருந்த கோப்புகளைக் கையிலெடுத்திருந்தாள். ராணுவ உடையில் மெடல்கள் குத்தியிருக்கும் கலர் போட்டோ கையில் அகப்பட்டது. அதனுடன், கர்னல்(ஓய்வு) ஆர்.பி.பி. நம்பியார் என்று பொன்எழுத்துகளில் அச்சடிக்கப்பட்ட லெட்டர் பேடிலிருந்த எழுத்துகளை அன்னா படித்தாள்.

"விஜயபுரம்: கர்னல்(ஓய்வு) ஆர்.பி.பி. நம்பியார்(87) மறைந்து போனார். ஜனாதிபதியின் உயரிய சேவைக்கான பதக்கமும் வாங்கியிருக்கிறார். அவருடைய இறுதிச்சடங்கு..."

அன்னா நடுங்கினாள். ஆனாலும் அன்றைய தெளிவின் தாக்கம் தாங்கமுடியாததாக இருந்தது. பிறகு நகரத்தின் புகழ் பெற்ற பழைய பேப்பர் வியாபாரியின் மரணச் செய்தியை பழைய தாளின் பின்னால் எழுதி வந்த போதும், மருத்துவரின் மரணசெய்தியை அவர்

கடைசியாக ஆப்பரேஷன் செய்த நோயாளியே கொண்டு வந்தபோதும் அன்னா அந்த உணர்வினை மீண்டும் மீண்டும் அனுபவித்தாள். எத்தனையோ விதமான மரணங்களை அன்னா எதிர்பாராத மனநிலையோடு எதிர்கொண்டிருக்கிறாள்.

காதலிக்கப்பட்டும், காதலிக்கப்படாமலும், வெறுக்கப் பட்டும், புறந்தள்ளப்பட்டும், உதாசீனப் படுத்தப்பட்டும், குற்றவுணர்ச்சியோடும், விரக்தியோடும்... அன்னாவுக்கு தன்மேல் கழிவிரக்கம் தோன்றியது.

போனவர்களை விடவும் அதிகமாக இருப்பவர்களுக்கு என்ன சொல்ல இருக்கிறது?

ஜன்னலிலிருந்து வழக்கமான மூன்றுமணி சில் காற்று உள்ளே நுழைந்தது. அவளுக்கு எப்போதுமில்லாமல் இன்று தூக்கம் வந்தது. காற்றில் முகத்திற்குப் பறந்து வந்த நரைத்த முடிகளை ஒதுக்கி முகத்தை அழுத்தித் துடைத்துச் சுற்றிலும் பார்த்தாள். அறை நிசப்தமாக இருந்தது. வெள்ளைச் சாயம் அடித்த வளைந்த மேசைகள் சிலுவைகள் நடாத கல்லறைகளை ஞாபகப்படுத்தியது.

முன்பெல்லாம் மூன்று மணிக்கெல்லாம் மூன்றாம் கட்டம் முடித்து நாலாம் கட்டத்திற்கான திருத்தங்களைச் செய்து மேலே மூலையில் இரண்டரை சென்டிமீட்டர் நீளமும் இரண்டரை சென்டிமீட்டர் அகலமுள்ள படத்திற்கும், மூன்றரை சென்டிமீட்டர் செய்திக்குமான இடத்தை ஒதுக்கி வைத்து, அன்னா சீக்கிரமே வேலையிலிருந்து விடுபட்டவள்தான். அந்த இடம் எதிர்பார்ப்புக்குட்பட்டது. எப்போதும் எங்கேயும் ஒரு செய்தி கிடைக்கும். காத்திருக்கும் ஏதோ ஒரு மரணத்தை விடவும் முக்கியமானதொரு செய்தி வாழ்க்கையில் இல்லை.

''கல்லறை கட்டியாச்சா?'' பக்கத்தின் மேல்மூலையில் இடம்விட்டு அன்னா ஆசுவாசப்படுத்திக் கொள்ளும்போது சந்தோஷ் கேட்பான். ''இனி வரும் ஆள் அதில் அடங்கி நிற்பாரோ என்னவோ?''

''மூன்றரை சென்டிமீட்டர் நீளத்திற்கும் இரண்டரை சென்டிமீட்டர் ஸ்டாம்ப் சைஸிலும் அடங்காத யார் இருக்கிறார்கள் இந்த உலகத்தில்.'' அன்னா நுகர ஆரம்பித்திருந்தாள், "எனக்கு ஏதோ N.R.I மரண வாசனை அடிக்கிறது."

''அவள் மரணத்திற்காகக் காத்திருந்தாள்''. சந்தோஷ் அப்போது அன்னாவைப் பரிகசித்து பைபிள் வரிகளை உச்சரிப்பான், ''காத்திருந்தாலும் அது வரவில்லையே...''

ஆனால் அன்றைக்கு அதிக தாமதமில்லாமல் நிறைய N.R.I பிள்ளைகளைப் பெற்ற அம்மாவின் மரணச் செய்தி வந்தபோது சந்தோஷ் ஆச்சரியப்பட்டான்.

''உனக்கு எப்படித் தெரிந்தது?''

''தட்ஸ் நோஸ் ஃபார் நியூஸ்'' -அன்னா சிரித்தாள்.

''அஞ்சலிச்செய்தி எடிட்டருக்கு நோஸ் ஃபார் நியூஸ் இருக்காதா பின்ன." மேலும் பரிகசித்தான்.

அந்த நாளை அன்னா மறக்கவில்லை. அதுதான் கடைசிநாளாக வாய்த்தது. பிறகெப்போதும் மூன்றாம் கட்ட பதிப்பினை முடித்து சந்தோசுடன் வம்பு பேசிக் கொண்டிருக்க முடிந்ததில்லை. வேலை நேரம் முடிந்து மனைவியோடு வம்படித்துக் கொண்டிருக்கிறான் என்று காரணம் காட்டி அவனை டில்லிக்கு மறுநாளே மாற்றியிருந்தார்கள்.

"என்ன வாழ்க்கை?" சந்தோஷ் பெட்டியை அடுக்கி முடித்திருந்தபோது அன்னா மூக்கைச் சிந்தினாள். "என்னால முடியல சந்தோஷ்".

"அப்படி சொன்னால் எப்படி?" சந்தோஷ் ஆறுதல்படுத்தினான்.

"பொதுமாறுதல் சமயத்தில் நாம கேட்டுக்கலாம். சன்னிக்கு அட்மிஷன் போட வேண்டியது மட்டும்தான் அப்ப பிரச்சனையாக இருக்கும். அதை நாம சமாளிச்சுக்கலாம்."

அன்னா கண்ணீரைத் துடைத்துக் கொண்டாள். தொடர்ந்த நாட்களில் அப்பாவைப் பார்க்காமல் சன்னி அழுதபோது, அன்னா டெல்லியில் அவனை சேர்க்கப் போகும் பள்ளிக்கூடத்தைப் பற்றி பேசினாள். அவர்கள் வசிக்கப்போகும் வீடு பற்றியும், தங்களுக்காகக் காத்திருக்கும் அற்புத அனுபவங்களைப் பற்றியும் பேசினாள்.

அன்னாவுக்குச் சட்டென டெட்லைனின் ஞாபகம் மீண்டும் வந்தது. இவ்வளவு நேரமாகியும் செய்தி வரவில்லையே என்று அவள் சங்கடப்பட்டாள்.

செய்தி இல்லாதிருந்தால் பக்கத்தை முடித்துவிட்டு வீட்டிற்குப் போய் சன்னி, கல்லூரிக்கு அணிந்து கொண்டுபோக வேண்டிய ஆடைகளுக்கு இஸ்திரி போட்டிருக்கலாம். ஆனால் கீழேயிருந்து செய்தியின் மணம் வந்ததிலிருந்து அவள் நிம்மதியற்றிருந்தாள்.

"ஓ.. அஞ்சலி செய்தி எடிட்டருக்கு என்ன நோஸ் ஃபார் நியூஸ்?"

சட்டென அன்னாவுக்கு சந்தோசின் குரல் கேட்பது போலிருந்தது.

சவப்பெட்டியின் மூடியில் தளர்ந்த ஆணிபோல அன்னாவின் இதயம் தடதடவென ஓசை எழுப்பியது.

கெ. ஆர். மீரா.

டெல்லியில் 5 வருடத்திற்கு பிறகு சந்தோஷ் வேறொரு பத்திரிகைக்கு மாறப் போகிறான் என்று கேள்விப்பட்ட போதுதான் இப்படி தோன்றியது. வருகையும், தொலைபேசி அழைப்புகளும், கடிதங்களும், சன்னிக்கான பரிசுப்பொருட்களும் கூட அபூர்வமான காலமது.

"நானும் கூட வரட்டுமா?" - தயங்கித் தயங்கி கேட்டாள். "இனியும் எப்படி நான் மட்டும் தனியா இங்கயே...?"

"அங்க வந்து மட்டும் என்ன பண்ணப்போற"

சந்தோசின் வார்த்தைகளில், அகன்ற தூரத்தின் மணத்தை அவள் முகர்ந்தறிந்தாள்.

"ஒரு சம்பளத்தை மட்டும் வைத்துக்கொண்டு பூமியில வாழமுடியாது அன்னா"

"எனக்கும் ஏதாவது வேலை கிடைக்காதா சந்தோஷ்?" - வேதனையோடு கேட்டாள்.

"நிறைய கிடைக்குமே! உன்னோட எக்ஸ்பீரியன்ஸ் என்ன? பத்துவருடமாக மரணச்செய்தி பக்கத்தைப் பார்த்துக் கொண்டதா?" - சந்தோஷ் ஒரு கொலையாளியைப்போலச் சிரித்தான்.

மரணச்செய்தி பக்கத்தை மட்டுமே பார்க்கும் உன்னை எப்படி ஒரு பத்திரிகையாளரென்று கூப்பிட முடியும்?

"நான் ஜர்னலிஸ்ட்டில்லையா? - அன்னாவின் தன்மானம் ரணப்பட்டது.

"தி ஒன்லி குவாலிட்டி ஃபார் எ ஜர்னலிஸ்ட் ஈஸ் எ நோஸ் ஃபார் நியூஸ்".

"எனக்கு நோஸ் ஃபார் நியூஸ் இல்லையா?" - அன்னா பிடிவாதத்துடன் தனக்குள்ளேயே கேட்டுக் கொண்டாள்.

அந்தப் பிடிவாதத்தில்தான் செய்திகளின் நாற்றம் அன்னாவை பிரத்யேகப் படுத்தியது.

சேற்றுக்குழி ராகவனின் மரணச் செய்தியை கையில் எடுத்தபோது எதிர்பாராமல் அடித்த ஒரு சாராய மணத்தால் அன்னா மூக்கைச் சுளித்தாள்.

"அது இந்த ஏரியாவின் முக்கியமான சாராய வியாபாரி ராகவ அண்ணனாச்சே...", செய்திகளின் கூட்டத்திலிருந்து இறந்தவனின் படம் தேடும் ஏஜெண்டு சிரித்தான்.

இது ஒரு தொடக்கம். பிறகு ஏலக்காட்டின் ஏலியாமா(78) வின் மரணத்தை வாசித்தபோது மதுரை சுருட்டின் மணம் வந்தது. இறந்தவளுக்கு சுருட்டு வியாபாரம் என்று ஏஜெண்ட் விளக்கினான்.

ராமபுரத்து ராவுத்தரின் மரணத்தில் பச்சை இரும்பின் மணம். அவர் பட்டினத்தில் இரும்பு வியாபாரி என்று பிறகு தெரிந்தது. கல்தொட்டி செரியன் கெ. செரியனின் மரணச்செய்தியை திறந்தபோது அன்னாவின் மூக்கு நுனியில் அவர் இதுவரை குடித்திருந்த மதுவின் வாசமும், புசித்த உணவுகளின் வாசமும், சுகித்த பெண்களின் உடல்மணமும் ஒருசேர கமழத் தொடங்கியது.

பாணக்காமலை சாரதாம்மாளின் மரணத்தில், அவளை குனியவைத்து கணவன் அடித்தபோது, அவன் குடித்திருந்த நாட்டு சாராயமும் தொட்டுக் கொண்ட மாங்காய் ஊறுகாயின் வாசமுமாய் சேர்ந்து நுகர்ந்த வேதனை தெரிந்தது. தேலக்காட்டில் குஞ்ஞோனச்சனின் செய்தியிலிருந்து ஓடிப்போன மனைவியை நினைத்து

முகம் பொத்தி அழுத கண்ணீரெல்லாம் விழுந்து சொத சொதத்துப் போன தலையணையின் மணம்.

தவிர்க்க முடியாமல் அன்னா சில யதார்த்தங்களோடு பொருந்தினாள். நம்புவதற்கு சிரமமாக இருக்கிறதென்பதால் செய்தி செய்தியாகாமல் போவதில்லை. எல்லாச் செய்திகளும் முன்னரே எழுதப்படுபவைதான். ஒவ்வொன்றையும் எவ்வளவு சீக்கிரம் கண்டடையப் போகிறோம் என்பதுதான் பத்திரிகையாளரின் சாமர்த்தியம்.

யாரோ படி ஏறி வருவது போல அன்னாவுக்குத் தோன்றியது. அவள் சட்டென யதார்த்தத்துக்குத் திரும்பினாள். அந்தச் செய்தி வருகிறது. அன்னா ஒரு பத்திரிகையாளருக்கு விதிக்கப்பட்ட கௌரவத்தோடு கம்ப்யூட்டர் திரைக்குமுன் தன் முகத்தைத் திருப்பி அந்தரங்கமாக அந்த மணத்தை நுகர முயன்றாள். லேசான அழுகின நாற்றமென்பதால் அவள் தீர்க்கமாக யோசித்தாள்.

யாராயிருக்கும்?

பார்க் அவென்யூ லோஷனின் மணம்தான் அவள் சுவாசித்தது என்றறிந்தபோது மேலும் அதிர்ந்தாள். பிறகு மூக்கினை விடைத்துக்கொண்டாள்.

கூடவே பாய்சன் சென்ட்டின் மணமும் வருகிறதோ? இல்லை. இல்லை...

அவளுக்கு ஒரு போதும் என் முன்னால் வர தைரியமில்லை. அன்னா பற்களைக் கடித்தாள். 'மனைவியை ஒதுக்கிவிட்டு இன்னொருத்தியை திருமணம் செய்பவன், அவளுக்கு எதிராக விபசாரம் செய்கிறான்' என்ற வரி ஞாபகத்திற்கு வந்தது. அந்த

நினைவில் எப்போதும்போல அவளின் கைகள் வேதபுத்தகத்தைத் தேடியது. அது கிடைக்காமல் போனதால் ஒரு முணுமுணுப்பு போல வழக்கமான வார்த்தைகள் அவளிடமிருந்து வந்தன.

'உங்கள் கை உங்களைப் பாவத்தில் விழச் செய்தால் அதை வெட்டி விடுங்கள். நீங்கள் இரு கையுடையவர்களாய் அணையாத நெருப்புள்ள நரகத்திற்குள் தள்ளப்படுவதைவிட கை ஊனமுற்றவராய் நிலை வாழ்வில் புகுவது உங்களுக்கு நல்லது.' -மார்க்கு 9:43

தோளில் யரோ கை வைப்பதை உணர்ந்து லேசாய் நடுங்கித் திரும்பினாள்.

''அம்மா...''

கொட்டாவியை அடக்கிக்கொண்டு சன்னி சிரிக்க முயன்றான்.

''தூங்க வேண்டாமா?''

''பக்கத்தை முடிக்காமலா?''

அன்னா ஜோக்கடித்ததை போலச் சிரித்தாள்.

''கடைசி எடிஷனில் ஒரு சின்ன மாற்றம் இருக்கிறது. அது முடியாமல் அம்மாவால் எப்படி வரமுடியும் சன்னி?''

சன்னி மீண்டும் கொட்டாவியை அடக்கியபடி ''இனி புதிய செய்தி ஒன்னும் வரவேண்டியதில்லையே'' என்றான்.

அவன் அன்னாவின் கைகளைப் பிடித்து எழ வைத்தான். பிறகு அஞ்சலிச் செய்திகளின் நசுங்கிய, சிதைந்த, அழுகிய துண்டுகளிலிருந்து அவளை மெல்ல மெல்ல எழுப்பி நடக்கவைத்தான்.

"இல்லடா. நீ எதுக்கும் ஒரு முறை பாரேன்..."

கட்டிலில் உட்கார முடியாமல் சரியும்போது, மூக்கு விடைத்தபடி அவள் சொன்னாள்.

"இதோ... இதோ... மீண்டும் அந்தச் சதை அழுகும் நாற்றம்..."

சன்னி மௌனமானான்.

அவன் குனிந்து அம்மாவின் இடது கணுக்காலைப் பார்த்தான்.

நீர்க்கோர்த்து வீங்கின அந்தக் காலிலிருந்து சன்னி, நோஸ் ஃபார் நியூசை நுகர்ந்தான்.

"ஜர்னலிஸ்ட் அன்னா சந்தோஷ் பால் சங்கிலி இறுக்கி அழுகின நிலையில்..."

அர்த்த ராத்திரிகளில் ஆத்மா

ஹெட்மிஸ்ட்ரஸ் சரளாவுக்கு நாசமாய்ப்போன ஆத்மாவோடு பெரும் போராட்டமாக இருக்கிறது. அவள் தூங்க ஆரம்பித்தவுடன் ஆத்மா விழித்துக் கொண்டுவிடும். மிஸ்ட்ரசின் நாற்பது வருடப் பழக்கமுள்ள உடலிருந்து மெதுவாக இறங்கி அடர்ந்த காட்டின் ஆற்றங்கரையில் அமைக்கப்பட்ட கூடாரங்களிலிருந்து உறக்கம் உணரும் வேட்டைக்காரன் போலச் சோம்பல் முறித்து வெளியில் வரும்.

ஐந்தடி நீளமும் இரண்டடி அகலமும் உள்ள மிஸ்ட்ரசின் உடலை அது மிகக் கேவலமாய் பார்க்கும். இந்த உடல் வெறும் ஒரு ஆடை மட்டுமே. துவைத்து துவைத்து இற்றுப்போயிருக்கிறது. பிள்ளைகளுக்குத் தாய்ப்பால் நல்லது என்று நினைத்ததால் தளர்ந்து தொங்கும் மார்புகள், சரிந்து இறங்கிய வயிறு, தோல் சுருங்கி இடிந்துபோன கண்கள், கொழுப்பு பிடித்து தொங்கிய தாடைகள், கருவளையம் அடைத்த கண்கள். ஆத்மாவைப் பொருத்தவரை மிஸ்ட்ரசின் உடல் நைட்டி போல ஒரு உடை மட்டுமே. போடுவதற்கு வசதியும் சௌகரியமும் தரும் அதுவே பழைய உடைதான். அதனால் இனியும் அதிலேயேயிருந்து இற்றுப் போவதை விட வேறு உடலைத் தேடுவது நல்லது.

மிஸ்ட்ரஸ் தூங்கியவுடன் ஆத்மா இறங்கி உலாவத் தொடங்கும். ஆரம்பத்தில் வீட்டைச் சுற்றி நடப்பதுதான் வழக்கமாக இருந்தது. சமையலறையில் மூடி வைத்திருந்த அரிசிமாவில் பூச்சி விழுந்திருக்கிறதா, பிளாஸ்டிக் கூடையில் வைத்திருக்கும் உருளைக்கிழங்கை

எலி கரம்புகிறதா, பாத்ரூமின் மேல்பலகையை யாராவது திறந்து வைத்திருக்கிறார்களா போன்ற சாத்வீகமான வேலைகளைத்தான் அது செய்தது.

ஒருநாள் ஆத்மா நேராக நடந்து வந்து கணவரின் ஆத்மாவுக்கு முன்னால் போய் குதித்தது. அவர்களுடைய உறவுமுறை பக்கத்து வீட்டுக்காரருடனான உறவு போல இருந்ததைக் கண்டு மிஸ்ட்ரசின் ஆத்மா மிகவும் நொந்து போனது. அதன் பிறகு சுவாரசியமான அனுபவங்களைக் கண்டடைய நினைத்து ஆத்மா வீட்டைச் சுற்றித் திரிவதை நிறுத்திக் கொண்டது. இரவாகி விடக் காத்திருந்த ஆத்மா மிஸ்ட்ரஸ் தூங்கியவுடன் சத்தமில்லாமல் பூனைபோல அடியெடுத்து வைத்து வெளியேறும். படுக்கை அறையின் கதவு திறந்து தன் மென்பாதங்கள் பதியப் பதிய நடந்து வராந்தாவை வந்தடையும்.

படுக்கை அறையின் பக்கத்தில் மூத்த மகனின் அறை. பி.எஸ்.சி., மூன்றாம் வருடம் படிக்கும் அவனுக்கு வங்கிக் கடனில் கம்ப்யூட்டர் வாங்கிக் கொடுத்திருக்கிறார்கள். சதா சர்வ காலமும் கம்ப்யூட்டரின் வலைப்பக்கங்களில் தேடித்தேடி மாட்டிக் கொண்டிருப்பதால் அம்மாவுக்கு ஆத்மா இருக்கிறதா இல்லையா? இருந்தால் என்ன செய்து கொண்டிருக்கும் என்று கவலைப்பட அவனுக்கு நேரமில்லை. அப்படியே இருந்தாலும் ஆத்மாவுக்கென்ன இலாபம்? அம்மா எனும் வெறும் கூட்டினை மட்டும் பார்க்க வேண்டுமானால் அறையில்போய் பார்த்து கொள்ளட்டும். சூரியகாந்திப் பூ மலர்ந்திருக்கும் பழைய நைட்டி அணிந்து, இடது முழங்கையில் தலை சாய்த்து லேசாய் வாய் திறந்து தூங்கும் நிலையில் அப்படியே இருக்கும்.

பக்கத்து அறை இரண்டாவது மகனுடையது. அவன் ப்ளஸ்டூ படிக்கிறான். அவன் சுவாசக் காற்றில் மட்டமான புகையிலையின் துர்நாற்றமிருக்கும். அவன் அப்பா

பிடித்துப்போட்ட பீடித்துண்டை தேடி இழுத்ததின் பலன் அது. பத்திரிகையில் வந்த பிரா விளம்பரத்தை வெட்டி எடுத்து சரியாகப் பொருத்தி வைத்து தன் தலையணைக்கடியில் வைத்தபடி தூங்குவான். ஒரு பள்ளி மிஸ்ட்ரசின் மகனான அவனுக்கு இந்த ஆர்வம் படிப்பில் இல்லை. இருந்தால்தான் காலாண்டுத் தேர்வில் இரண்டு பேப்பரிலாவது மானமாய் பாஸாகியிருப்பானே.

பிள்ளைகளின் அறையைத் தாண்டுவதுதான் ஆத்மாவுக்குப் பெரிய சிரமம். அதை வெற்றிகரமாகப் பூர்த்தி செய்தால் பிறகு மாடிப்படி இறங்கி வந்துவிடும். கீழே வரவேற்பறை, சாப்பாட்டு அறை, சமையலறை என மூன்று அறைகள். போலீஸ் துறையில் மிகவும் சீனியரான சர்க்கிள் இன்ஸ்பெக்டரான கணவரின் சரீரம், பிள்ளைகளின் படிப்பு கெட்டுவிடும் என்று நியாயம் பேசி வரவேற்பறையின் வெளியிலிருக்கும் கதவை உள் தாழ்ப்பாளிட்டு டீபாயின் மேல் கால் வைத்தபடி சாய்ந்து உட்கார்ந்து ஃபேஷன் சேனலை அனுபவித்துக் கொண்டிருக்கும். அவர் எப்போதும் கண்களைத் திறந்து வைத்துக் கொண்டிருக்கும் உத்யோகஸ்தன். சீக்கிரம் தூங்க மாட்டார். நிறைய வேலையுள்ள ஆத்மா. அதனால் மிஸ்ட்ரசின் ஆத்மா வெளியில் போவதையோ, அப்படிப் போகும்போது வாசலில் தொங்கவிடப்பட்ட மணியில் தலையிடித்து மணி சத்தம் கேட்பதையோ அவரால் கவனிக்க முடிந்ததில்லை. மனைவிக்கு இப்படியொரு ஆத்மா இருக்குமென்ற தெளிவுகூட சர்க்கிளுக்குக் கிடையாது. தெரிய வேண்டுமெனில் கொஞ்சம் ஃபங்ஷுயி தத்துவம் படித்திருக்க வேண்டும். போலீஸ்காரர்களுக்கு எப்படி ஃபங்ஷுயி............. தத்துவம்......... அய்யோ..........!

ஹெட்மிஸ்ட்ரசுக்கு மட்டும் ஃபங்ஷுயி பற்றி என்ன தெரியும் என்று கேட்கலாம். சாதாரணமாக தெரிய வேண்டியதில்லை. ஆனால் இந்தக் காலத்தில் தெரிந்திருக்க வேண்டும். அறிவு பல வழிகளிலும் நம்மை

ஆக்ரமிக்க வேண்டும். பூர்வஜென்மப் பலனாய் சரளா மிஸ்ட்ரஸ் அதற்கு, பாய்ஸ் H.H. ஸ்கூல் ஹெட்மாஸ்ட்ரான ஜனார்த்தன குரூப்புக்கு நன்றி சொல்ல வேண்டும். ஆண்பிள்ளைகளும், பெண்பிள்ளைகளும் வேறு வேறு கட்டிடத்தில் படித்தாலும் கேண்டீன் ஒன்றுதான். மத்தியான உணவுக்கு இரண்டு பள்ளிகளிலிருந்தும் வாத்தியார்களும் டீச்சர்களும் கேண்டீன் என்ற பெயரில் இருக்கும் அந்த ஓலைக் குடிசைக்கு ஒன்றாய் வருவார்கள். அவர்களுக்குத் தனியாக உட்கார ஒரு அறைகூட உண்டு.

உணவு இடைவேளையில் ஹெட்மாஸ்டர் உலக விஷயங்களைப் பேசுவார். அப்படித்தான் ஹெட்மிஸ்ட்ரசுக்கு பௌர்ணமி சேவா சங்கத்தைப் பற்றித் தெரியும். அதன் பிறகு ஒவ்வொரு பௌர்ணமியன்றும் மிஸ்ட்ரஸ் பக்கத்திலிருக்கும் அம்மன் கோவிலுக்குப் பட்டுவேட்டியும், மேல்த் துண்டுமாய்ப் பயபக்தியுடன் போகத் தொடங்கினாள். அப்படிப் போய்க் கொண்டிருக்கும்போதே மாஸ்டர் சொன்ன பாபாவின் அற்புதங்களைக் கேட்டு மிஸ்ட்ரசின் மனம், அதன் பக்கம் சாய்ந்தது. வீட்டில் பெரிய பாபா படம் வைத்து வணங்க ஆரம்பித்திருந்தாள். படத்திலிருந்து விபூதி, தேன், நெய், பால் முதலிய அபிஷேகப் பொருட்கள் கொட்ட ஆரம்பித்தவுடன், சொந்தக்காரர்களும் நண்பர்களும் ஏன் ஹெட்மாஸ்டர் கூட மிஸ்ட்ரசின் வீட்டிற்கு வர ஆரம்பித்தார்கள். அதே போல வள்ளிக்கோவிலைப்பற்றிக் கேள்விப்பட்டு மிகுந்த சிரமத்துக்கிடையில் மாஸ்டரோடு போய் அங்கேயும் தரிசித்து விட்டு வந்தாள் மிஸ்ட்ரஸ். இப்படி மாஸ்டரோடு சேர்ந்து மிஸ்ட்ரசும் பல சங்கத்தின் செயல்பாடுகளிலும் பங்கெடுத்துக் கொண்டாள்.

அப்போதுதான் 'ஆர்ட் ஆஃப் லிவிங்' பற்றித் தெரிந்தது. அதன் பிறகான நாட்களில் இரண்டு பேரும் பள்ளி முடிந்தவுடன் 'ஆர்ட் ஆஃப் லிவிங்'

கோர்சுக்குப் போனார்கள். துள்ளிக் குதித்து, வியர்த்து, சோர்ந்துபோய் பரஸ்பரம் பார்த்து, சிரித்து, இரண்டுபேரும் இரவு நெருங்கும் வேளையில் அவரவர் வீடுகளுக்குப் போனார்கள். ரத்தக்கொதிப்பும், சர்க்கரையும் சட்டெனக் குறைந்தது பற்றி ஆச்சரியமாய்ப் பேசினார்கள். மொத்தமாய் ஆரோக்கியத்தை உணர முடிந்தது. அந்த கோர்ஸ் முடியும் முன்னரே மாஸ்டர் சைனீஸ் வாஸ்து ஜோசியரான ஃபங்சூயியின் தத்துவம் பற்றிப் பேச ஆரம்பித்திருந்தார்.

''அது ரொம்ப முக்கியமான தத்துவம் மேடம், பலரோட அனுபவங்களைப் பாக்கும்போது நம்மால நம்பாம இருக்க முடியல.''

மாஸ்டர் ஒரு மத்தியான வேளையில் இதை அதிகார தொனியில் சொன்னபோதும் அது மிஸ்ட்ரசுக்குப் பிடித்திருந்தது. ஒரே கட்டிலில் இரண்டு மெத்தைகள் போட்டால் தாம்பத்ய உறவில் அபஸ்வரம் உண்டாகுமென்று அவர் சொன்னார். மிஸ்ட்ரஸ் அன்றைக்கே வீட்டின் படுக்கை அறையிலிருந்த படுக்கைகளை இரண்டாகப் பிரித்தாள். ஹாலிலிருந்து கட்டிலை மாற்றி இரண்டு கட்டில்கள், இரண்டு மெத்தை விரிப்புகள் என மாற்றி மாற்றிச் சேர்த்துப் போட்டாள். தலைமாட்டில் மூக்கு நீண்டிருக்கும் ஜோடிப்புறாக்களின் சிலைகளை வைத்தாள். சர்க்கிள் குடும்ப சண்டை போட்ட நாட்களில், கையும் காலும் உடைந்துபோன சிலைகளைப் பாதுகாக்க வேதனையோடு எப்போதும் ப்ரயத்தனப்பட்டாள்.

''பெட்ரூமில் கண்ணாடி இருக்கக்கூடாது மிஸ்ட்ரஸ், கண்ணாடின்னு இல்ல, மின்னும் பொருள் எதுவா இருந்தாலும் அதைத் துணியால் மூடிவிடணும். அப்படி இருந்தாதான் சந்தோஷம் நிலைக்கும். காலைல எழுந்திருக்கும் போது ஒரு எனர்ஜி கிடைக்கும்''.

"எனர்ஜிக்கும் கண்ணாடிக்கும் என்ன சம்மந்தம் மாஸ்டர்?"

"உங்களுக்குத் தெரியாது. நம்முடைய சரீரத்தில் ஆத்மா உண்டு. அது அர்த்த ராத்திரிகளில் வெளியே வரும். நாம் காணும் கனவு, நிச்சயமாகச் சொன்னால் ஆத்மா இரவில் செய்யும் காரியந்தான் என்றுதான் ஃபங்சூயி தத்துவம் சொல்கிறது."

மிஸ்ட்ரசின் நாற்பது வருடப் பரிச்சயமுள்ள உடலில் மின்சாரம் பாய்ந்தது போலிருந்தது. இல்லை, இருக்கிறது என அவள் கொஞ்ச நாட்கள் பேசிக்கொண்டாள். பிறகு இருக்கலாம். யாருக்குத் தெரியும் என்று தன்னைத் தானே சமாதானப் படுத்திக் கொண்டாள். டி. சி. கொடுத்து வெளியேயும் அனுப்பிவிட முடியாத ஒரு முட்டாள் மாணவனைப்போல அது மிஸ்ட்ரசைப் பாடாய்ப் படுத்தியது. ஒத்துக் கொள்ளவில்லையெனில் அது யாருக்கு லாபம்? என்று யோசித்து மனதுக்குள் சம்மதித்த நிமிடம் மிஸ்ட்ரஸ் வீழ்ந்திருந்தாள். ஆத்மா அதன் சுதந்திரத்தை அறிவித்தபடி கூச்சமில்லாமல் இரவில் அலையத் தொடங்கியது.

அர்த்தராத்திரியானால் மிஸ்ட்ரசின் ஆத்மா பிள்ளைகளின், கணவரின் அறைகளைத் தாண்டி, முற்றத்தையும் கேட்டையும் கடந்து நடைபாதைவரை இறங்கும். தெருவிளக்கின் வெளிச்சத்தில் சிறகடித்த ஈசல்போல இருள் சூழ்ந்த இரவுகளில் எல்லோராலும் உணர முடிந்த அடர்ந்த ஏகாந்தத்தைச் சிறகடித்துத் தீர்க்க முயற்சி செய்யும். சிறிது நேரத்திற்குப்பிறகு தானாகவே தன் சொந்த சிறகுகளை உதிர்த்துவிடும். ஈசல் காய்ந்த எண்ணெயின் மணமுள்ள புழுவாய் நெளியும். விடியும்போது தெரு விளக்குகள் அணையும். ஆனாலும் ஏதோ ஒரு ஏகாந்தம் பற்றிக் கொண்டிருக்கும்.

சூர்ப்பனகை

சில நேரங்களில் காலையில் அலாரம் வைத்து எழுந்திருக்கும் போதும், கடுங்காபி வைத்து ஃபிளாஸ்க்கில் ஊற்றி மூடி வைக்கும் போதும், மிஸ்ட்ரசால் சுட்ட எண்ணெயின் வாசனையை உணர முடிந்தது. ஆனால் அது கடந்த இரவில் தன் மீது எழுந்த வாசனைதான் என்று பிரித்துணர முடியாமல் மீண்டும் மீண்டும் காபி டம்ளரை தேய்த்து தேய்த்து கழுவினாள்.

ஒருமுறை அப்படி வெளியேறியபோது, தெருவிளக்கடியில் துக்கமானவனும் தனித்துவிடப் பட்டவனுமான இன்னொரு ஆத்மாவைப் பார்த்தது. தோழிகளைப் பிரிந்த ஒரு பள்ளி மாணவியைப் போல அது தாடியில் கை புதைத்து கவலையோடிருந்தது. அது ஒரு போதும் தன்னைக் கண்டுபிடித்து விட முடியாதென நினைத்து மிஸ்ட்ரசின் ஆத்மா, ஈசல்போல விளையாட ஆரம்பித்தது. ஆனால் அந்த சிறு பூச்சியின் பின்னால் அந்தச் சின்ன ஆத்மா ஓடியது. விளையாட்டுக்கிடையில் சிறகுகள் உதிரும் நேரமும் வந்தது. மிஸ்ட்ரஸ் அவசர அவசரமாகப் பறந்து தப்பித்துவிட நினைத்தாள். ஆனால் கூடவே பறந்த இன்னொரு ஆத்மா கையை நீட்டி இழுத்து நிறுத்த நினைத்தது. முழுக்கப் பிடிக்க முடியாமல் அந்த ஆத்மா, மிஸ்ட்ரசின் ஒரு சிறகை மட்டும் பிடித்தது. பன்னிரெண்டு மணியடித்தபோது, மந்திர சக்தி முடியும் நேரத்தில் அவிழ்ந்துபோன செருப்பினை விட்டொழித்துப் பறந்த சின்ட்ரல்லாவைப் போல, மிஸ்ட்ரஸ் ஒற்றைச் சிறகுடனே பறந்து, விழுந்து மீண்டும் பறந்து தன் வீட்டுக்குத் தப்பித்து வந்தது.

அன்று பள்ளியில் சாப்பாட்டு வேளையில் திடீரென மாஸ்டர் சொன்னார்.

"நேற்று நான் விசித்திரமான ஒரு கனவு கண்டேன். மிஸ்ட்ரஸ், ஒரு ஈசல் பூச்சியா நீங்க பறக்கறீங்க. நான் உங்களைப் பிடிக்க வந்தபோது ஒரு

கெ. ஆர். மீரா.

இறகு உதிர்ந்து போச்சு. காலைல எழுந்து பாத்தா என் கையில் இதோ இந்த இறகு பாருங்க...."

மாஸ்டர் பர்ஸைத் திறந்து ஒரு ஸ்படிக இறகினைக் காண்பித்தார். மிஸ்ட்ரஸ் அதிர்ந்தும், வெட்கியும் போனாள். சிண்டரல்லாவின் செருப்புபோல இன்னொரு இறகினையும் உதிர்த்துவிட, அன்று இரவு மிஸ்ட்ரசின் ஆத்மா மிகவும் சிரமப்பட்டது. வெளியிலிறங்க பயந்து, என்ன செய்வது என உணரமுடியாத அந்தச் சரீரம் உருண்டும் புரண்டும் கிடந்தது.

வரதட்சணை, திருமணம், குடும்பம் என மூன்று தலைமுறைகளில் தன் குடும்பம் உதாசீனப் படுத்தப்பட்டது முதலான சம்பவங்களில், தன் உறுதியான நிலைபாட்டினை போலீஸ் பாஷையில் மீண்டும் நிரூபித்த சர்க்கிள் நிம்மதியாகத் தூங்கிப் போனார். அவருக்கு ஒன்றிற்கு மேற்பட்ட ஆத்மாக்கள் உண்டு. எல்லாம் பல வழிகளைத் தேடிப் போனது. இப்படி பல வேதனைக்கிடையிலும் மிஸ்ட்ரஸ் தூங்க ஆசைப்பட்டாள். ஆத்மாவின் தனித்து விடப்பட்ட அந்த ஒற்றைச் சிறகு பறக்க ஆசைப்பட்டு முடியாமல் விம்மியது. இல்லாத இன்னொரு சிறகின் ஞாபகம் மேலோங்கியது. அப்போது என்ன இது....... ஓ....... மாஸ்டரின் ஆத்மா காற்றாய் உள்ளே வருகிறது. ஒற்றைச் சிறகின் இணையைக் காருண்யத்தோடு நீட்டுகிறது. மிஸ்ட்ரஸின் ஆத்மா அதன் எல்லாத் துக்கங்களையும் மறந்து போகிறது.

ஐப்பசி அடைமழை காலமது. நல்ல குளிர். மழையின் ஈரமும் இருக்கிறது. வானத்து மேகங்களின் "ஆர்ட் ஆஃப் லிவிங்". நட்சத்திரங்களின் சங்கமம். பௌர்ணமி நிலவின் ஒளிர்வு. மாஸ்டர் மிஸ்ட்ரசின் ஆத்மாக்கள் ஆகாயத்துக்கு உயர்கிறது. சிறிது நேரம்

அவை நட்சத்திரங்களாக மின்னுகின்றன. சலிப்படைந்தபோது எரி நட்சத்திரங்களாய் மாறி ஒளிர்கிறது. பின் நிலாவாக மாறி கடலுக்குள் போகிறது. அதன் பிறகு நீர்யாளிகளாய் மாறி கடல் வெளிகளில் அலைந்தனர். ஃபங்சூயி தத்துவப்படி பாக்கியம் கொண்டு வரும் ஒன்பது கார்ஃப் மீன்களின் கூட்டம் அவர்களைச் சுற்றி நீந்தியது. மீன்கள் இளநீல நிறத்திலிருந்தது. ஆரஞ்சு நிற செதில்கள். ஆழ்ந்த ரோஜாநிறக் கண்கள்.

தன்னைச் சுற்றி நீந்தும் மீன்களுக்கிடையில் எட்டு எட்டாய் பதினாறு கைகள் கொண்டு சுற்றிப் பிணைந்த நீர்யாளிகள் திரைச்சீலைகளில் ஊசலாடியது.

விடிய ஆரம்பித்தது. ஐப்பசி மழை அடித்து பெய்ததினால் வானம் நீலத்தில் தோய்த்தெடுத்தது மாதிரி வெளுத்திருந்தது. அந்த நேரத்திலும் நீர்யாளிகளாகத் தவழ்ந்த ஆத்மாக்கள் கனவிலிருந்து தெளிய ஆரம்பித்தன. கடல் தண்ணீர் இளங்காலையின் சூட்டினைப் போர்த்தியிருந்தது. கழிமுகக் கடற்கரையிலிருந்து மோட்டார் வைத்த படகுகள் கடலுக்குள் சீறிப் பாய்ந்து கொண்டிருந்தன. டீசலின் புகைமணம் தண்ணீரிலும் ஆகாயத்திலும் நிறைந்தது. மிஸ்ட்ரசின் ஆத்மா மாஸ்டரின் ஆத்மாவை எட்டு கைகள் விரித்து இறுக்கிப்பிடித்தது. மாஸ்டரின் ஆத்மா பெருமூச்சோடு மிஸ்ட் ரசிடமிருந்து விடுபட நினைத்தது.

"அம்புஜம் விடியப்போகிறது....." மாஸ்டர் முனகினார்.

மிஸ்ட்ரஸ் துக்கத்தில் தோய்ந்து போனார். ஜோடிப்புறாக்களாகப் பறக்கவில்லை. விராளிகளாய் தீ உமிழவில்லை.

''அம்புஜம் விடியப்போகிறது.'' -மாஸ்டர் மீண்டும் படபடத்தார். நிஜமாகவே விடியப்போகிறது. சர்க்கிளும், பிள்ளைகளும் எழுந்திருக்கப் போகிறார்கள். மிஸ்ட்ரசின் பிடி இளகியது. நீர்யாளிகள் செத்து மடிந்தன. ஆத்மாக்கள் கடலிலிருந்து வீடுகளை நோக்கி நகர்ந்தன.

''ஃபங்சூயி''யின் தத்துவப்படி படுக்கை அறையில் கண்ணாடி இருக்கக் கூடாது. மிஸ்ட்ரசின் படுக்கை அறையில் அந்தப் பிரச்சனை இருக்கிறது. சுவரில் பதித்த கண்ணாடியை மாற்றவோ, மறைக்கவோ முடியாது.

ஆத்மா மீண்டும் படுக்கையறைக்கு வந்தபோது, கண்ணாடியில் ஒளிர்ந்த வெளிச்சம் அதன் கண்களைக் கூசச் செய்தன. அது உள்ளே வரத் தயங்கியது. ஹெட்மிஸ்ட்ரசின் சுருங்கிப்போன சரீரத்தை அது கண்ணாடியில் பார்த்தது. சிறகுகள் இல்லை. செதில்கள் இல்லை. இலைகளும், பூக்களுமில்லை. மினுமினுப்போ, வழவழப்போ இல்லவே இல்லை. கொழுப்பு அடைக்கப்பட்ட ஒரு தோல்பை மட்டுமே. ஆத்மாவுக்குத் துக்கம் பொங்கியது. ஆகாய வெளியிலும், கடலினடியிலும், பூமியின் ஆழங்களிலும் ஞாபகங்கள் துழாவின. அதற்குத் திரும்பி ஓடிவிடலாம் என்றிருந்தது.

அப்படி நேர்ந்தால்......? காலையில் ஹெட்மிஸ்ட்ரஸ் எழுந்திருக்க மாட்டாள். கடுங்காபி வைத்து ஃபிளாஸ்க்கில் மூடி வைக்கவோ, புட்டு மாவினை வறுத்தெடுக்கவோ ஆளிருக்கமாட்டார்கள். மிக்ஸியில் துவையல் அரைபடும் சத்தம் கேட்டு பிள்ளைகளின் தூக்கம் கலையாது. கண்ணாடி அலமாரி இருக்கும் படுக்கை அறையில், தவிட்டு நிறத்தில் மஞ்சள் சூரியகாந்தி பூப்போட்ட நைட்டியோடு, லேசாய் வாய் பிளந்துகிடக்கும் வெறும் உடலை கணவரும், பிள்ளைகளும் பார்க்க நேரிடும்.

மிஸ்ட்ரசின் மேன்மைகளைச் சொல்லி அவர்கள் அழக்கூடும். அர்த்த ராத்திரிகளில் மிஸ்ட்ரசின் ஆத்மா

செய்யும் வேண்டாத செயல்களை அறியாமல் அதன் சாந்திக்காய் இறைவனிடம் இறைஞ்சி மன்றாடுவார்கள். மாஸ்டர் அப்போது என்ன செய்வார்? ஒன்றுமே தெரியாதவராய் பள்ளிக்கூடத்துக்குப் போவாரா? கறுப்பு பேட்ஜ் அணிந்து மலர்வளையம் எடுத்துக்கொண்டு மிஸ்ட்ரசின் வீட்டிற்கு வருவாரா? இரங்கல் கூட்டத்தில் தொண்டையடைத்துப்போய் உரையாற்றுவாரா? எத்தனை எத்தனை வேதனைகள், எல்லோருக்கும். ஆத்மா மொத்தமாய் உற்சாகமிழந்தது.

வெளியில் நன்றாக விடிந்திருந்தது. விடிந்த பிறகு ஆத்மாக்கள் யாத்திரை போவதில்லை. தவிர்க்க முடியாமல் பறந்து வந்த மிஸ்ட்ரசின் ஆத்மா மேலே சொன்ன சரீரத்தை மீண்டுமாக அணிந்து கொண்டது. எப்போதும் போலான சில மன அழுத்தத்தோடு சரீரம் தூக்கம் தெளிந்து, ஆனாலும் தூக்கக் கலக்கத்தோடு சமையலறைக்குப் போய், கடுங்காபி, புட்டுமாவு, சாப்பாடு கட்டுவது என வழக்கங்களுக்குள் கரைய ஆரம்பித்தது.

மிஸ்ட்ரஸ் போட்டு வைத்த கடுங்காபியை குடித்து முடித்து வெறும் வயிற்றோடு வாக்கிங் போன சர்க்கிள் ஒரு கிலோ மீனை வாங்கிக் கொண்டு வந்தார். பிளாஸ்டிக் கவரை திறந்து பார்த்த மிஸ்ட்ரஸ் அதிர்ந்தாள்.

இளநீல நிறத்தில், ஆரஞ்சு செதில்களும். ஆழ்ந்த ரோஜாநிறக் கண்களுமாய் கார்ஃப் மீன்கள். சரியாக ஒன்பது இருந்தன.

இன்று இரவு வாணலில் கொதிக்கும் எண்ணெய்க் கடலில் நீந்த விதிக்கப்பட்ட மீன்களைப் பார்த்து "அய்யோ இது அந்த மீன்கள் தானே?" என கண்கள் பனிக்கக் கேட்டாள்.

"எந்த மீன்கள்?" -சர்க்கிள் எதுவும் புரியாமல் கேட்டார்.

"நேற்று கனவில்......"

சொல்ல வந்ததை மிஸ்ட்ரசை சொல்லவிடாமல் ஆத்மா தடுத்தது. சொன்னாலும் தவறில்லை. யாருக்கும் புரியப் போவதுமில்லை. கனவுகளென்றால் என்னவென்று எத்தனை பேருக்குத் தெரியும்?

பாயிப்பாட்டிலிருந்து பேஸ்மேக்கர் வரை

அன்று ஞாயிற்றுக்கிழமை. செய்தித்தாளில் ஒட்டிப்பிறந்த இரட்டை குழந்தைகளைப் பிரித்தெடுக்கப் போகும் செய்தி வந்திருந்தது. காலையிலேயே குளித்து வேட்டியும் சட்டையும் அணிந்து தேவாலயத்திற்குப் புறப்பட்டுக் கொண்டிருந்தபோது நாராயணன் பேப்பரை வீசிவிட்டுப் போயிருந்தான். அவள் தயாராக நேரமாகும் என்று நினைத்து, நான் செய்தித்தாளைப் புரட்டிக்கொண்டிருந்தேன். என் எண்ணத்தைப் பொய்யாக்கி அவள் தோளில் போட்ட துண்டினைச் சரி செய்தபடி அவசர அவசரமாக வந்தாள். வேத புத்தகமும், இளைய மகன் போன விடுமுறைக்கு கொண்டு வந்து கொடுத்திருந்த கரை வைத்த துண்டும் ஒன்றாய் கையிடுக்கில் வைத்தபடி அவள்தான் வீட்டைப் பூட்டினாள். 'பேப்பர் படிச்சுகிட்டு நிக்கறீங்களே' என்று என்னைத் திட்டவும், நான் பேப்பரை வைத்துவிட்டு அவளோடு இறங்கினேன்.

திருப்பலிக்கு நேரமாகி விட்டதென்று சாவியை என் கையில் திணித்து அவள் ஒரு சிறுபிள்ளையைப் போல என்னைக் கடந்து போகிற போக்கில் மேல்துண்டை சரிசெய்து, ப்ரோட்ச் குத்தியபடியே ஓடினாள்.

இரவெல்லாம் மழை பெய்ததால் வழியில் தண்ணீர் குளம் குளமாய் தேங்கியிருந்தது. நாங்கள் ஒன்றாகத்தான் நடந்தோம். இந்த வயதுவரை ஒன்றாகத்தான் தேவாலயத்திற்குப் போகிறோம். ஏதாவது பேசிச்

சிரித்தபடி நடக்கும்போது சில நேரங்களில் அவள் முன்னாலும் சில நேரங்கிளில் பின்னாலுமாக நடப்பாள். அன்று நாங்கள் பாயிப்பாட்டு கூட்டுரோட்டில் வந்த போது அவள் முன்னால் அந்த மேட்டில் ஏறினாள். அவளுடைய வேட்டி நுனி தாளலயத்தோடு அசைவதைப் பார்த்து நான் பின்னால் நடந்தேன்.

வழியில் யாருமில்லை. மழை மேகம் சூழ்ந்திருந்தது. குஞ்ஞாயியின் ரப்பர் தோட்டத்திற்குப் பக்கத்தில் வந்த போது சட்டென வானம் கறுத்தது. அப்போது தான் அவள் அந்தப் பாட்டை முணுமுணுக்க ஆரம்பித்தாள்.

''மண்மயமாய் இவ்வுலகில்
காண்பதும் மாயம்.....''

அது எங்கள் தேவாலயத்தின் மரணவீட்டில் பாடும் பாட்டு. அதனால் தலையை உயர்த்திப் பார்த்தபடி இந்த நேரத்தில் 'ஏன் இதைப் பாடுகிறாய்' என்று கேட்க நினைத்தேன். அப்போது அவள் என்னைத் திரும்பிப் பார்த்து நின்ற இடத்திலேயே நின்று ப்ரியமாய்ச் சிரித்தாள். மாலைநேரம் போல வானம் இருண்டது. கரிய கூடாரம் போல மாறிவிட்ட வானமும், ரப்பர் தோட்டத்தின் இருட்டும், இலைகளுக்கிடையில் எப்போதாவது தெரியும் சூரியனின் மிக சன்னமான ஒளியும், தேவாலயத்திற்குப் போக வெள்ளை உடைகளணிந்த வயதானவர்களின் நரைத்த தலைமுடியின் மினுமினுப்பும் தெரிந்தது. மழை பெய்யத் தொடங்குமெனெ என நினைத்து நான் குடையுடன் வேகமாக நடந்தேன். அவளுடைய உதடு அசைந்தபடி இருந்தது. பக்கத்தில் போனபோதுதான் உதட்டசைவு பாடலென்று புரிந்தது.

''மண்மயமாய் இவ்வுலகில்

காண்பதும் மாயம்

வன் மகிமை தன சுகங்கள்

சகலமும் மாயம்''

நான் ஏதோ சொல்ல வாயெடுத்தபோது திடீரென அவள் என் கைகளைப் பிடித்தாள். என்ன ஏது என்று சுதாரிப்பதற்குள் அப்படியே அவள் நிலைகுலைந்து விழுந்தாள்.

நான் மிகப் பதட்டமானேன். முன்னாலும் பின்னாலும்சத்தம் போட்டுக் கூப்பிட்டாலும் ஏன் எனக் கேட்கக்கூட ஆளில்லை. சின்ன வயதில் எங்கள் கூட்டுரோடு இருக்குமிடத்தில் ஏறி நின்று பார்த்தால் நிறைய ஆட்களைப் பார்க்க முடியும். பழக்கமானவர்களே கூட இருப்பார்கள். இப்போதெல்லாம் அவரவர் வழியில் அவரவர்களை மட்டுமே பார்க்க முடிகிறது.

நான் அதிர்ந்து அவளைத் தாங்கிப் பிடித்தபோது மழை வேறு ஆரம்பித்து விட்டது. அவளைப் பிடித்த அவசரத்தில் குடையை வேறு கீழே போட்டுவிட்டிருந்தேன். மழையில் இருவரும் முழுவதுமாக நனைந்திருந்தோம். மண்ணில் உறுதியாக வேர் பிடிக்காத மரம்போல அவள் துவண்டு துவண்டு சரிந்தாள். என் நெஞ்சில் அவளைச் சாய்த்துக் கொண்டு என்ன செய்வதென்று தெரியாமல் வாய்விட்டழுதேன்.

புண்ணியவானான தேவனின் கிருபையால் அப்போது அந்தப் பக்கம் ஒரு லேம்பர்ட்டோ வந்தது. எனக்கு நா எழவில்லை. எங்கள் நிலமையைப்புரிந்து கொண்டவர் ஓட்டுநரா வண்டியின் உரிமையாளரா தெரியவில்லை, மழையினூடே இறங்கி வந்து கைதாங்கலாக எங்களை

வண்டிக்கு அழைத்துப்போனார். திருவல்லாவில் ஒரு சாயிப்பு டாக்டர் இருக்கிறார். அங்கே புறப்பட்டது வண்டி. டாக்டர் குழலெல்லாம் வைத்துப் பரிசோதித்து, நெஞ்சில் குத்தியும், காதுவைத்து கேட்டும், குலுக்கியும் பார்த்தார். அவள் அப்போது மெல்ல அசைந்தாள். அவரே யாருக்கோ ஃபோன் செய்து ஆம்புலன்ஸ் வரவைத்து மருத்துவக் கல்லூரி மருத்துவமனைக்கு உடனே கொண்டு போகச் சொன்னார்.

பாயிப்பாடு தேவாலய மூலையில் என்னுடைய மூன்றாவது தம்பி கடை வைத்திருக்கிறான். அவனைக் கூப்பிட்டு, 'சாக்கோச்சா நீ பணம் எடுத்துகிட்டு மெடிக்கல் காலேஜிக்கு வாடா, அண்ணிக்கு உடம்பு சரியில்ல, நான் கூட்டிட்டுப் போறேன்' என்று பதிலுக்குக் கூட காத்திருக்காமல் ஆம்புலன்ஸில் ஏறினோம்.

அவள் தலையை என் மடியில் கிடத்திக் கொண்ட பின் வண்டி புறப்பட்டது. ஒரு ஆம்புலன்ஸில் இப்போதுதான் முதல்முறையாக நான் பயணம் செய்கிறேன். சின்ன வண்டி. ஆனால் உள்ளே திரும்பி உட்காரும்போது பெரிய வண்டிக்குள் உட்கார்ந்திருப்பது போலத் தோன்றும்.

அவள் இதுவரை என் மடியில் தலைசாய்த்து படுத்தவளில்லை. நான் அவள் மடியிலும் படுத்ததில்லை. எதற்கும் நேரமோ, வாய்ப்போ அமைந்ததில்லை. நாங்கள் கூட்டுக் குடும்பவாசிகளாக இருந்தோம்.

அம்மா, அப்பா, என்னுடைய மூன்று தம்பிகள். அவர்களுடைய மனைவிகள், குழந்தைகள் எனப் பெரிய குடும்பம். அதற்கிடையில் பேசவோ, பிரியமாய்ப்

*கூப்பு - பச்சை மரங்களை வெட்டி குவிக்கும் இடம்.

பார்த்துக் கொள்ளவேகூட நேரமில்லை. எங்களுக்கு மர வியாபாரம். *கூப்பில் போய் மரம் அறுத்து அதைப் பலகையாக்கித் தருவோம். கூப்பிலும் மலையிலும் ஏறி நடப்பதற்கிடையில் மனைவியோடு பேச நேரமேது?

‘கடவுளே இவள் நல்லபடியாக எழுந்தால் அடுத்த திருவிழாவுக்கு பருமலை தேவாலயத்திற்கு நாங்கள் இரண்டு பேரும் பாதயாத்திரையாய் வருகிறோம்!’

மனம் மௌனத்தில் புலம்பியது.

படுத்திருந்தவள் திடீரெனக் குமட்டி கொஞ்சம் வாந்தியெடுத்தாள். எனக்கு எப்போதும் இதெல்லாம் அருவெருப்புதானென்றாலும் இப்போது அப்படித் தோன்றவில்லை. மூத்த மகன் குவைத்திலிருந்து அனுப்பிய கட்டம் போட்ட துணியில் தைத்த சட்டை போட்டிருந்தேன் நான். அந்தச் சட்டையில்தான் காலையில் குடித்த கடுங்காபியை வாந்தி எடுத்தாள். அதைந் துண்டினால் துடைத்தெடுத்தபின் அவள் உதடு வாயெல்லாம் துடைத்தேன் . அப்போது அவள் லேசாகக் கண் திறந்து மூடி, பிறகு லேசாக கண் திறந்தாள்.

“இப்போ எங்கப் போறோம்?”

என்னால் சட்டென எதுவும் சொல்ல முடியாத போது அவள் மீண்டும் கேட்டாள்.

“நம்ம வீட்டுக்குத்தான். காலைல நீ தலைசுத்தி விழுந்திட்ட. சாயிப்பு ஆஸ்பத்திரி டாக்டர்ட்ட பாத்திட்டு வீட்டுக்கு போறோம் இப்போ.”

அவள் மெதுவாகத் தலையைத் தூக்கினாள். எங்கள் வண்டி அப்போது வாழப்பள்ளி கடந்து கோட்டயத்துக்குப் போய்க் கொண்டிருந்தது.

"வீட்டுக்கு இப்படியொரு வழி இருக்கா?"

துக்கத்தில் உதடு கோணி அவள் கேட்டபோது எனக்கு அழுகை வந்தது. கண்ணாடியை எடுப்பதும், கண்ணில் விழுந்த தூசியை துடைப்பதுமாக இருப்பதைப் பார்த்ததும் அவளுக்கு ஏதோ கொஞ்சம் புரிந்திருக்க வேண்டும். என்னைப் பார்த்து பிரியத்தோடு சிரித்தாள்.

"டாக்டர் சொல்லித்தான் இந்த வழியில போறோமா?"

என் கண்கள் மீண்டும் கலங்குவதைக் கண்ட அவள் சொன்னாள்.

"எனக்காக ஜெபித்து ஒரு பிரார்த்தனை கீதம் பாடுங்க."

வண்டி இப்போது குறிஞ்சிக்குத் திரும்பியது. மழை சன்னமாகப் பெய்து கொண்டிருக்கிறது. எனக்கு எந்தவொரு பிரார்த்தனை கீதமும் ஞாபகத்திற்கு வரவில்லை. அவளிடமிருந்து ஒரு முணுமுணுப்பு கேட்டது.

"மண்மயமாம் இந்த உலகில்
காண்பதும் மாயம்........"

"நான் சொல்றேனே இது சாவு வீட்ல பாடற பாட்டுன்னு......."

எனக்கு அழுகையும் துக்கமுமாய் வந்தது.

இத்தனை காலமாக நமக்கு சாப்பாடு பரிமாறி, துணி துவைத்துக் கொடுத்து, இரண்டு பிள்ளைகளைப் பெற்று வளர்த்த பெண் ஒன்றுமேயில்லாமல் தளர்ந்து மடியில் படுத்துக் கொண்டு இதையா பாடச் சொல்வது?

என் தொண்டையை யாரோ பிடித்து நிறுத்துவது போலத் தோன்றியது. ஆனாலும் அவளுடைய ஆசையில்லையா! நான் பாடினேன்.

''மண்மயமாம் இவ்வுலகில் காண்பதும் மாயம்

வன் மகிமை, தன, சுகங்கள் சகலமும் மாயம்

மண்ணில் நம் ஜீவிதமோ புல்லினைப் போல

இன்று பார்த்து நாளை வாடும் பூக்களைப் போல.......''

கூப்பில் மரமெடுக்கும்போது கத்திக் கத்தி, கட்டையாய்ப் போன குரலால் பாடிப்பாடி நான் உடைந்தழுதேன். அவள் எனது இடது முட்டியில் தாளம் தட்டினாள். 'நீ இப்படி படுத்து என் தாலாட்டைக் கேக்கப் போறியா?' என்று கேட்கத் தோன்றியது. அழுகிறேன் ஆனால் கண்ணீர் வரவில்லை. வண்டி சிங்கவனம் தாண்டி பள்ளம் தாண்டி கோட்டயத்துக்குள் நுழைந்தது.

இந்த வண்டியில் நான் மட்டும் தனியாகத் திரும்பிப் போக வேண்டியிருக்குமோ? பதைபதைத்தது. வண்டிக்குள்ளே உட்கார்ந்து பார்க்கும்போது பயமாக இருந்தது. திரும்பிப் போகும்போது இரவாகி விடும். வழியெல்லாம் இருட்டாக இருக்கும். அப்போது மழை பெய்யுமா? சாயங்கால மழை, அதிகமாகப் பெய்யுமே? வண்டி முன்னால் போகும்போது நாம் பின்னால் போவது போல இருக்கும். வழியில் யாரையும் பார்க்க முடியாமல் போகலாம். இருட்டில் வழிநெடுகிலும் விளக்கு எரிந்தும் எரியாமலும் நம்மைப் பயமுறுத்திக் கொண்டேயிருக்கும். யாரையும் உற்றுப் பார்க்க முடியாது. வண்டியை நிறுத்த முடியாது அப்படியே உட்கார்ந்திருந்ததால் தலை சுற்றுகிறது. வண்டி திரும்பி

சிங்கவனம், துருத்தி, வாழப்பள்ளி, சங்கனாச்சேரி, N.S.S. காலேஜ் வழியாக பாயிப்பாட்டுக்கு வந்து தேவாலய மூலை திரும்பி எங்கள் ரோட்டுக்கு வந்து குஞ்ஞாயியின் ரப்பர் தோட்டத்துக்கு வந்து.... ஒரு வேளை அங்கே என் குடை விழுந்து கிடக்குமோ? அதை யாரும் எடுத்துக் கொண்டு போகவில்லையென்றால் விரித்துப் பிடித்து தேவாலயத்திற்குப் போகலாம். அப்போது அவள் என்னோடு வருவாளா? யோசிக்க யோசிக்க படபடவென இதயம் அடித்துக்கொண்டது. பள்ளங்களில் வண்டி குலுங்கியபோது அவளுக்கு வலிக்காமல் இருக்க சேர்த்து பிடித்தபடி உட்கார்ந்திருந்தேன்.

அவ்வப்போது அவள் முதுகைத் தடவிக் கொடுத்தேன். அவள் கன்னங்களில் பதித்து முத்தமிட ஆசைப்பட்டேன். ஆனால் ஒரு வாலிபன் வண்டி ஓட்டுவதனால் அந்த எண்ணத்தை அப்படியே எனக்குள்ளேயே புதைத்துக் கொண்டேன்.

ஆர்ப்புகரைக்கு பத்து மணிக்கு வந்தோம். அவசரப்பிரிவில் இரண்டு மருத்துவர்கள் இருந்தார்கள். அவர்கள் அவளை உடனே அட்மிட் செய்து ஊசி போட்டு மருந்து கொடுத்தார்கள். முதல் வாரம் முழுவதும் அவசரப் பிரிவிலேயே இருந்தாள். கண்ணாடிக் கூண்டுக்குள்ளாக உள்ளே இருப்பவளைப் பார்க்கத்தான் முடியும். நான் அந்த வராந்தாவில் உட்கார்ந்தும், படுத்தும் காத்திருந்தேன். மூத்த மகனால் வர முடியவில்லை. இளையவன் வந்து பார்த்துவிட்டுப் போனான். பிள்ளைகளால் இப்படிப் பழியாய்க் கிடக்க முடியுமா? என்னென்னமோ மருந்து வாங்கி கொடுப்பதும், பரிசோதிப்பதுமாக நாட்கள் கழிந்தன. இரண்டாம் வாரம் டாக்டர். சுதய்குமார் பேஸ்மேக்கர் வைக்காம இருக்க வாய்ப்பில்லை என்று சொன்னார். பேஸ்மேக்கர் என்றால்

பேஸ்மேக்கர் தான். மீண்டும் அவள் கண் திறந்து எழுந்து நடந்தால் போதும் எனக்கு. நடுவில் அவளைப் பார்த்தபோது அழத் தொடங்கினாள்.

"அந்தப் பாட்டை ஒருமுறை பாடுங்களேன். நீங்கள் அதைப் பாடுவதைக் கேட்டுட்டே நான்............"

வெடித்தழும் என்னைப் பிடித்து இரண்டு மூன்று செவிலியர்கள் வெளியில் இழுத்துக் கொண்டு வந்தனர்.

அந்த மெஷின் மட்டும் அறுபதாயிரம் ரூபாய் என்று டாக்டர் சொன்னார். பிரான்ஸிலிருந்து வருகிறதென்றும், அதைப் பொருத்திவிட்டால் ரத்த ஓட்டமும், இதயத்தின் செயல்பாடும் முன்பு போலவே சீராகிவிடும் என்றும் சொன்னார். அன்று முழுக்க நான் ப்ரார்த்தனையில் இருந்தேன்.

"கர்த்தாவே எனக்கும் அவளுக்கும் நீ அருள் புரிய வேண்டும். நாங்கள் செய்த தவறுகளை எல்லாம் நீ எங்களுக்கு மன்னித்தருள வேண்டும். அந்திம காலத்தில் உன் வலப்பக்கம் நான் நிற்கும் போது என் இடப்பக்கம் அவளையும் நிறுத்து."

பேஸ்மேக்கரைப் பொருத்திய பிறகு அவள் அறைக்குப் போனேன். அங்கே அவள் ஏ.சி. அறையின் கட்டில்மேல் தலையைச் சாய்த்து வைத்துப் படுத்திருந்தாள். "என்ன யோசிக்கறே?" என்று கேட்டபடியே சிரித்துக்கொண்டு அருகில் போனேன். புரியாத ஒரு பார்வை பார்த்து என்னைக் கேட்டாள்.

"கெ தெஸிரே வு?"

எனக்கொன்றும் புரியவில்லை. இவள் என்ன கேட்கிறாள் என்று திகைத்திருந்த போது மீண்டும் கேட்கிறாள்.

"கெ தெஸிரெ வு?"

நான் மிரண்டு போனேன். இவளுக்கு என்ன ஆனது? இதயத்துக்கு வைத்தியம் பாக்கப்போய் மூளையை பாதிச்சிடிச்சோ? நான் என்னென்னமோ சொல்லிப் பார்த்தேன். என் பெயரை, பாயிப்பாட்டு தேவாலயத்தை, பிள்ளைகளை........ எல்லாம், தோல்வியுற்றபோது அந்தப் பிரார்த்தனை கீதத்தைக் கூட பாடினேன்.

"மண்மயமாம் இவ்வுலகில்
காண்பதும் மாயம்............

அவள் என்னை முதல் முதலாகப் பார்ப்பதுபோலக் கேட்டாள்.

"கி எத் வு?"

அப்போதுதான் யோசித்தேன். பிரான்ஸிலிருந்து கொண்டு வந்த மெஷின் தானே? இனி அவளுக்கு ஃபிரெஞ்சு மட்டும் தான் புரியுமா? ஃபிரான்சுகாரரைப் போலச் சிவப்பானவர்களை மட்டும் தான் பிடிக்குமோ? "அம்மா"ன்னு கூப்பிட்டுத்தன் பிள்ளைகள் வந்தால்கூடத் திரும்பிப் பார்க்க மாட்டாளோ!

எனக்குக் கோபமும், எரிச்சலுமாய் வந்தது. நாம் இத்தனைநாள் கண்ணில் எண்ணெய் விட்டு இந்த ஆஸ்பத்திரியில் காத்திருந்து என்ன பயன்? எனக்குக் கை காலெல்லாம் நடுங்கியது. தொட்டது மட்டும்தான் தெரியும். மரம் சாய்வது போலச் சாய்ந்தாள்.

காந்திநகர் போலீஸ் ஸ்டேஷனில்தான் கேஸ் பதிவாகியிருந்தது. தம்பிகள் யார் யாரோ வக்கீல்களை கூட்டிக்கொண்டு வந்து ஜாமீனுக்கு முயன்றார்கள் பயந்ததுபோல நான் மட்டுமே திரும்பி வந்தேன்.

தம்பியின் ஜீப்பில் பின் சீட்டில் உட்கார்ந்து வெளியே பார்த்தபடி இருந்தேன். மடியிலிருந்த பெரிய பாரம் குறைந்தது மாதிரி ஆசுவாசமாக இருந்தது. ஆர்ப்பூக்கரையிலிருந்து சம்கிராந்தி, குமாரநல்லூர், நாகபடம், பள்ளம், வழியாக சிங்கவனம், துருத்தி வாழப்பள்ளி, மதுமூல, சங்஖னாச்சேரி, N.S.S கல்லூரி வழியாக, திரும்பிப் பாயிப்பாட்டு தேவாலயத்தின் கூட்டுரோட்டில் இடப்பக்கம் போனபோது கீழே விழுந்ததனால் அவளைத் தாங்கிய நேரத்தில் குடை விழுந்த குஞ்ஞாயியின் ரப்பர் தோட்டம் வழியாக ஏறி என் வீட்டு வாசலில் வண்டி நின்றது. இரண்டு வாரங்களாகப் பெருக்காமல் வாசல் தெளிக்காமல் சருகுகள் விழுந்து மூடிக் கிடக்கும் இரண்டு வார, பத்திரிகைகளைத் தட்டி எடுத்தேன்.

இரட்டை குழந்தைகளுமே இறந்து போனார்கள் என்று ஆஸ்பத்திரியில் இருக்கும்போதே தெரிந்தது. எப்படி இறந்தார்கள் என்ற செய்தியைப் படிக்க வேண்டும். அதற்குள் அவர்கள் அவளை தேவாலயத்திற்கு கொண்டு வருவார்கள். நானும் அங்கு போய்விடுவேன்.

இப்படியாகக் கடைசியில் நாங்கள் இருவரும் ஒன்றாக தேவாலயத்திற்குப் போவோம். அங்கே எல்லோரும் சேர்ந்து அந்தப் பாட்டைப் பாடுவோம்.

''மண்மயமாய் இவ்வுலகில் காண்பதும் மாயம்
தனம், தான்யம், லாபம், கீர்த்தி ஹோ நஷ்டமாகும்

மான்ய மித்ரராக நம்மைப் பிரிந்து போகும்
ஏழு, பத்து அதிகமானால் எண்பது மட்டும்
நீளும் ஆயுளை நினைத்தால் கஷ்டம் மட்டும்''

எனக்கு முழுப்பாட்டையும் பாட ஆசையாக இருந்தது. நான் தொண்டை கீறி, குரல் உடைந்து, பாடி முடித்தவுடன் பெட்டியில் படுத்தபடி அவள் இப்படி கேட்டுவிட்டால்?

"கி எத் வு?"

மோக மஞ்சள்

அவருக்கு மஞ்சள் காமாலை. அதனால் பார்ப்பதெல்லாம் மஞ்சள் நிறமாக இருந்தது. அவருடைய அங்கங்கே நரைத்த தலை, புத்திசாலித்தனம் தெறிக்கும் கண்கள், சுத்தமாக வெட்டப்பட்ட அழுக்கில்லாத நகங்கள் எல்லாம் எல்லாம் மஞ்சளாக இருந்தன.

அவருக்குப் புதுவிதமான வைரஸ் ஜுரம். அதனால் அவளுடைய சுருண்டமுடியும், சிவந்த கன்னங்களும், கறுப்புநிற சின்னப் பொட்டும் சாம்பல் நிறமாகத் தெரிந்தன.

காந்திநகரின் லாட்ஜ் அறையில் இருக்கும்போது அவர் ஒரு மஞ்சள் மனிதனாகவும் அவள் ஒரு சாம்பல் பதுமையாகவும் பரஸ்பரம் நினைத்துக் கொண்டனர். ஆனால் பாவம் அவர்கள் வெறும் மனிதர்கள் மட்டுமே. அவளுக்கு முப்பத்தைந்து வயதும் அவருக்கு நாற்பத்தைந்து வயதும் இருக்கலாம். அவள் விவாகரத்தாகி இரண்டு பிள்ளைகளோடு இருந்தாள். அவர் குடும்பஸ்தனும் இரண்டு பிள்ளைகளுடைய அப்பாவுமாக இருந்தார்.

ஒத்துக்கொண்டாலும் இல்லையென்றாலும் ஆண் பெண் உறவுகளில் ஏற்படும் மிகச் சாதாரணமான ஈர்ப்புதான் அவர்களைக் கோட்டயத்திலிருந்து பைத்தியக்காரத்தனமாக இப்படி ஒரு மூன்றாம்தர

லாட்ஜூக்கு அழைத்து வந்திருந்தது. கோட்டயம் மருத்துவக் கல்லூரி புறநோயாளிகள் பிரிவில்தான் அவர்கள் முதலில் சந்திந்துக் கொண்டார்கள். மருத்துவமனையில் யாரைக் காமம் பாதிக்காமல் இருக்கும்? இறந்தவர்களின் அனேக சரீரங்களிலிருந்து தப்பி வந்த சக்திகள் பிரபஞ்சவெளியில் எப்போதும் பறந்து கொண்டேயிருக்கும். சட்டென ஒரு நாள் பழைய ரொட்டியில் பூஞ்சைகள் கறுப்பாய்ப் படர்வது போலவும், மழைக்காலத்தில் சருகுகளுக்கிடையில் வெள்ளைக் காளான்கள் உயர்வது போலவும் மிகச்சரியாய் ஒவ்வொரு நேரத்தின் அனுகூல சந்தர்ப்பங்களிலும் ஆசைகள் முளைவிட்டு விரியும்.

மனிதர்கள் தாங்கள் ஏங்குவதைப் போல விரும்பப்படாதவர்கள். நோயாளிககளாகவும் மாறிவிட்டால் உடலும் மனமும் பலவித ஆசாபாசங்களினால் சுட்டு பழுத்து ஆவியாக மாறி பிரபஞ்சவெளியை நாசம் செய்யும். பிரியத்தின் மாயம் தெரிந்த யாராவது மந்திர உச்சாடனம் செய்து இந்த ஆவியை திருப்பி எடுத்துச் சாம்பலும் சதையுமாய் மாற்றினால் எப்படி இருக்கும் என்று எல்லோருக்கும் ஆசை இருக்கும். உதடுகளில் புகையிலை கறை, நாற்றமெடுக்கும் வாய் என்றாலும் அந்த நேரத்தில் அதை பெரிதாக எடுத்துக்கொள்ள முடியாது. மனிதவாழ்வு அவ்வளவுதான்.

மருத்துவக் கல்லூரியின் 24-வது வார்டான தொற்று நோய்ப்பிரிவில் தான் அவர்கள் முதலில் சந்தித்துக் கொண்டார்கள். மற்ற வார்டுகளைவிட தெளிவாக இதற்கு கண்ணாடி கதவுகளும் அதற்குமேல் சிவப்பு நிறத்தில் வட்டமாக 24 என்ற எண்ணும் இருந்தது. OP-க்கு பக்கத்தில் மருத்துவர். சுஜித்குமார் என்று கறுப்பு

பெயிண்ட் அடித்த எழுத்துக்களுக்குக் கீழே ஒன்றாய் இணைக்கப்பட்ட பிளாஸ்டிக் சேர்கள் இருந்தன. கேட்டுக்கு அருகில்தான் இந்த வார்டு, அவசியம் ஏற்பட்டால் மார்ச்சுவரியும் பக்கத்தில் இருந்தது. முதலில் கிடைக்கும் வாய்ப்பிலேயே நாமெல்லாம் தொற்று வியாதிக்காரர்களாய் மாறிவிடுகிறோமே என்ற வேதனையில் நோயாளிகள் அங்கே உட்கார்ந்திருந்தார்கள்.

சன்னமான தூறல் போட்டுக் கொண்டிருந்த நேரத்தில் அவள் முதலில் வந்து உட்கார்ந்தாள். சட்டையின் கைகளிலும், நரைக்க ஆரம்பித்திருந்த முடி இழைகளிலிருந்தும் தண்ணீர்த் துளிகளை சுண்டி விட்ட படி அவசரமாக ஓடி வந்து எதிரில் இருந்த பிளாஸ்டிக் சேரில் அவர் உட்கார்ந்தார். முகமுயர்த்தி அவர் அவளுடைய கண்களைப் பார்த்தார். வாழ்க்கையில் முதல் முறையாக பார்க்கிறார்கள் என்றாலும் காதல்வயப்பட்டது போலவோ பழக்கப்பட்டது போலவோ அவரை எங்கேயோ பார்த்திருக்கிறோமே என்று அவளும், இவளை எப்போதோ பார்த்திருக்கிறோமே என்று அவரும் பரஸ்பரம் நினைத்தார்கள்.

எதிரெதிராக உட்கார்ந்ததனால் அவருடைய பார்வை பலமுறை காரணமின்றி அவளுக்குக் கைகொடுத்து கடந்து போனது. ஒருமுறை மிகச் சரியாய் பார்வை, அவள் கண்களில் இடறி விழுந்து, சாரி சொல்லி எழுந்து போனது. மற்றொரு முறை அவளுடைய பார்வை இவருடைய கண்களில் இடறியபோது, இமைகள் அவளை விழாமல் தாங்கி நிற்கவும் செய்தன. நடுவில் ஒரு நோயாளி அட்டெண்டரோடு சண்டையிட்டதைப் பார்த்தவர் பக்கத்தில் யாரிடமோ ஏதோ சொல்லிச் சிரித்தார். அந்தச் சிரிப்பின் துண்டினை அவளுக்கும் நீட்டினார். பிறகெப்போதோ அவருடைய பக்கத்தில்

உட்கார்ந்திருந்த பெண் OP அட்டையைக் காட்டி பேசிய போது அவளைப் பார்த்து உபசார சிரிப்பொன்றை உதிர்த்தார். அந்த நேரத்தில் முன்பே அவர் கொடுத்த சிரிப்பின் கடனை மிகச்சரியாய் அவளும் கொடுத்துத் தீர்த்தாள். அதற்கிடையே அவளுக்கு அவரை மாதிரியே சிரிக்கும் மற்றொரு ஆளின் ஞாபகம் வந்தது. ஞாபகங்களின் வரவேற்பில் வழக்கமான பெருமூச்சோடு அவள் கண்களை உயர்த்திப் பார்த்தபோது அவர் அருகே இருந்த இருக்கையில் அமர்ந்திருந்தார்.

ஏதோ ஆழ்ந்த சிந்தனையில் இருந்தார் அவர். என்ன சிந்திப்பார்? வியாதியைப் பற்றியா? மரணத்தைப் பற்றியா? தான் இல்லையென்றால் அனாதையாகப் போகும் குழந்தைகளைப் பற்றியா? மனைவியைப் பற்றியா? இதெல்லாம் யோசித்தபோது தான் சட்டெனக் காலையில் குழந்தைகளைப் பள்ளிக்கு அழைத்துப் போகும் அவசரத்தில் போட்ட டீயைக்கூடக் குடிக்காமல் போனது அவளுக்கு ஞாபகம் வந்தது. அதே நொடியின் ஒரு பிளவில்தான் அவர் இவள் பக்கம் திரும்பியதும், பேசத் தொடங்கியதும் நிகழ்ந்தது.

''டீ குடிக்கப் போலாமா?''

அவள் அதிர்ந்து போனாள். உடனே பதில் சொல்ல முடியாமல் முகம் சிவந்து போனது.

"உடனே நம்ம பேரைக் கூப்பிட போறதில்ல''

டீயைப் பற்றி நினைத்ததும், அதன் மீதான ஆவல் தன் முகத்தில் இப்படி அப்பட்டமாய் தெரிந்து விட்டதே என்பதை உணர்ந்து வெட்கமாய் இருந்தது. அதேநேரம் ரொம்ப நாட்களுக்குப் பிறகு ஒரு ஆண்மகனை மதிப்போடு பார்ப்பதும் ப்ரியமாய் புன்சிரிப்பை உதிர்க்கவும் முடிந்தது ஆச்சர்யமாக இருந்தது.

"போலாம்".

நனைந்த நடைபாதையின் வழியாக நடந்தபோது கணவனிடமிருந்து பிரிந்த பிறகு முதல் முதலாய் வேறு ஒரு ஆளோடு நடக்கிறோமே என்ற உணர்வு ஏற்படவில்லையானாலும், தான் இவ்வளவு மரியாதைக்குரிய தோரணையோடு கூடிய ஆளுடன் நடக்கிறோமே என்ற பெருமிதம் வந்தது.

நல்ல உயரமான கம்பீரமான மனிதர். அழுத்தி வைத்த பாத அடிகளுடன் நடக்கிறார். ஆனால் அவருக்கு உள்ளே, இன்னும் உள்ளே ஏதோ துக்கம் சூழ்ந்திருப்பதாக அவள் நினைத்தாள். பெண்களின் நிராசை அவர்களின் கண் இமைகளிலும், ஆண்களுக்கு அவர்களின் பாத சுவட்டிலும் தெரியும்.

அடிக்கடி வரும் சின்னச் சின்ன பிரச்சனைகளுக்கு மாற்றி மாற்றி ட்ரீட்மென்ட் எடுத்தபிறகும் சரியாகாமல் போனதால் ஏற்பட்ட வேதனை மருந்து மாத்திரை சாப்பிட்டு ரத்தம், சிறுநீர் பரிசோதித்தது என்பதான சலிப்பிலிருந்தாள் அவள். இந்த டாக்டரும் வியாதியைக் கண்டு பிடிக்கவில்லையென்றால் சிகிச்சையை நிறுத்திவிட முடிவு செய்திருந்தாள். அப்போதுதான் காலையில் மருத்துவமனைக்குக் கிளம்பும்போது மூத்த மகன் இன்ஹெலர் தேடி அறைக்கு வந்தான். மூச்சுவிடச் சிரமப்படும் அவனுடைய சிறிய நெஞ்சுக்கூட்டைப் பார்த்தவுடன் தன் தீர்மானத்தை மாற்றிக் கொண்டாள். அவள் இல்லையென்றால் இரவு தூக்கமில்லாமல் மூச்சிரைக்கும் மகனின், எலும்புகள் புடைத்து நிற்கும் முதுகைத் தடவிக் கொடுக்க யார் இருக்கிறார்கள்?

குழந்தைகள் சண்டை போடும்போது சமாதானம் செய்யவும், அவர்களுடைய பள்ளிகளில் P.T.A

கூட்டத்திற்குப் போகவும், ஓணத்திற்குப் புதிய ஆடைகள் வாங்கிக்கொடுக்கவும், பிறந்த நாட்களை ஞாபகத்தில் வைத்துப் பள்ளிக்கூடத்திற்கு சாக்லேட்டுகள் வாங்கி கொடுத்து அவர்களின் முகத்தில் சின்னச் சின்ன சந்தோஷங்களைத் தரிசிக்கவும் அவளைத் தவிர யார் இருக்கிறார்கள்?

மீண்டும் அவர் கேட்டார்.

"எங்க இருக்கு உன் வீடு?"

"பந்தளம்"

"சண்டைக்கு பயந்து போனீங்களா?"

"இல்ல பந்தத்தில் தீ கொளுத்த போனோம்"

உதாசீனமாக, அவள் தன் மகனை யோசித்தபடி சொன்னாள். அவர் அதிர்ந்து பார்த்தபோதுதான் என்ன பேசினோம், யாரிடம் பேசினோம் என்று உறைத்தது.

யார் இவள்? எப்படி இருக்கிறாள்? முப்பத்தி ஐந்து வயதுடைய பெண். பெருக்கி விட்ட வாசல் போலக் கோடுகளுள்ள வயிறு. தன்னம்பிக்கை இழந்த முலைகள். அழகினைத் தவறவிட்ட பின்பகுதி. காலமாற்றத்தின் இலைகள்போல ஒவ்வொரு காற்றிலும் உதிரும் முடி. இந்த உருவத்தோடு கிண்டல் செய்யும் எந்தப் பெண்ணை ஆண்களுக்குப் பிடிக்கும்? இப்போதெல்லாம் இள வயதினைக் கடந்து நடுவயதினைத் தொடும் பெண்களின் பாடு கஷ்டம்தான்.

அவர்கள் டீக்கடைக்குப் போனார்கள். ஜெனரேட்டரின் உறுமும் சத்தமில்லாத இடத்தைத் தேர்ந்தெடுத்து உட்கார்ந்தார்கள்.

''நான் உன்ன எங்கயோ பார்த்திருக்கிறேன்.''

''நான் எல்.ஐ.சி-யில் வேலை பாக்கிறேன்''

''அப்படியா?''

''நீங்க என்ன செய்யறீங்க?''

''வாத்தியார். என்ன பிரச்சனை உனக்கு.''

''தெரியல.''வேதனையோடு சொன்னாள்.

''பாக்கியவதி நீ. எனக்கு வைரஸ் ஜீரம். இப்ப கொஞ்சம் பரவாயில்ல. ஆனாலும் அப்பப்ப வந்து செக் பண்ண சொல்லியிருக்காங்க.''

அதற்குள் வெயிட்டர் இரண்டு காபிகளோடு வந்தார். இடையில் ஒன்றும் பேசாமல் குடித்து முடித்தனர்.

பணம் கொடுத்துவிட்டு மருத்துவமனைக்குத் திரும்பும் வரை இருவரும் ஒன்றும் பேசிக் கொள்ளவில்லை. நாற்காலியில் உட்காரப் போன நிமிடம் அவள் பெயரை அழைத்தார்கள். உள்ளே டாக்டரிடம் போய் ஏதேதோ கேட்டு ஏதேதோ பேசிவிட்டு வந்தாள். ரத்தமும், சிறுநீரும் பரிசோதிக்கச் சொன்னார். இவள் வெளியே வந்த போது அவர் பெயரைச் சொல்லி அழைத்தார்கள். உள்ளே நுழையும் அவரிடம் தான் கிளம்புவதைச் சொல்ல நினைத்து முகத்தை ஏறிட்டபோது அதில் ஏதோ கலக்கம் படிவதை உணர்ந்தாள்.

எத்தனை விதமான வியாதிகள் இந்த உலகத்தில்! சிலது தொட்டால் பரவும். சிலது பார்த்தால் பரவும். சிலது காற்றினுடாகவும் சிலது கடிதத்தினூடாகவும்

பரவும். இதற்கெல்லாம் டாக்டர். சுஜித்குமாரிடம் மருந்துகள் இருக்குமா?

பரிசோதனைக்கூடத்தில் கூட்டமிருந்தது. அவள் நீண்ட வரிசையில் பின்னால் நிற்கும்போது அவர் அவசரப்பட்டு வந்தார். யாரையோ தேடும் ரேகைகள் முகத்திலிருந்தது அப்படி அவர் நிற்பதைப் பார்த்தபோது சந்தோஷமாக இருந்தது. லேசாக நரைத்து, முடி உதிர்ந்த முகத்தில் கடமைகளின் சுருக்கமேற்ற ஒரு ஆண் கண்களில் மட்டும் இளமையின் துள்ளலுமாக பார்ப்பது தன்னைத்தான் என்று உணர்ந்தால் யாருக்குத்தான் சந்தோஷம் ஏற்படாது? முகம் சிவந்து பொங்கி நின்றபோது, தேடும் கண்கள் தன்னைக் கண்டெடுத்து, அப்படிக் கண்டெடுத்ததில் மகிழ்வதையும் அவளால் தரிசிக்க முடிந்தது.

பல நாட்களுக்குப் பிறகு தன்னை ஒரு ஆண் தேடுவதைப் பார்த்தபோது அவளுக்கு நெஞ்சு நிறைந்தது. இப்படி நிறைவதும் பொங்குவதும் பெண்களுடைய குணமாக இருந்தது.

அவர் மெதுவாக நடந்து வந்தார்.

''எனக்கும் சில பரிசோதனைகள் செய்ய சொல்லியிருக்கிறார். டெஸ்ட்டுக்கு ரத்தம் குடுக்கனும். ஆனா ரிசல்ட் கிடைக்கும்போது மூன்றரை மணி ஆகும். சாயந்தர OP-ல டாக்டரைப் பாக்கலாம். இல்லன்னா அடுத்த புதன்கிழமை மறுபடியும் வரணுமே."

"நான் மறுபடியும் வந்துதான் டாக்டரைப் பார்க்கப் போறேன்.''

இதைக் கேட்ட அவர் முகம் சுருங்கியது.

"சும்மா எதுக்கு மறுபடியும் வரணும்? இன்னைக்கே டாக்டரைப் பாத்தா நல்லதுதானே?"

அப்போது அவருடைய நாற்பத்தைந்து வயதின் சுருக்கமான முகம் சிவந்தும் வெளிறியும் காணப்பட்டது. அவளை நேருக்குநேர் பார்க்காமல் இருக்க பிரயத்தனப்பட்டார். அப்படிப் பார்த்தால் தன் பார்வை அவளுடைய அங்கங்களில் ஒட்டி விடுமோ என்றும் அவள் தன்னை ஸ்திரீ லோலனாய் நினைத்து விடுவாளோ என்றும் பயந்தார். நாற்பது வயதுக்குப் பிறகான ஆண்களின் பிரச்சனை இதுதான். அவர்களுக்குப் பெண்களை உடலாக மட்டுமே பார்க்க முடிகிறது. உடன் படுக்கும்போது இந்தப்பெண் தன்னை எப்படி மதிப்பிடுகிறாள் என்று பதறியபடியே இருப்பார்கள். மத்திய வயதிற்குப் பிறகு ஆண்களின் வாழ்வும் கஷ்டம் தான்.

பரிசோதனை முடிந்து திரும்பியபோது OP தூரமாய் இருப்பதாகத் தோன்றியது. தயங்கி தயங்கியானாலும் தைரியமாகக் கேட்டார்.

"சின்ன வயசாக இருந்தால் நாம ஒரு சினிமாவுக்குப் போயிருக்கலாம்."

ஒரு நிமிட மௌனத்திற்கு பிறகு சிரித்தபடி கேட்டாள்.

"இந்த நேரத்தில் எந்த தியேட்டர்ல ஷோ இருக்கும்?"

கேட்டு முடிக்கும் முன்பாகவே ஒரு போஸ்டரைப் பார்த்தார்கள். 'காதல் கொண்டேன்.' மதிய ஷோ. அந்த சினிமாவுக்குப் போலாமா என்ற கேள்விக்கு அவள் சம்மதித்தாள். தியேட்டரைத்தேடி டிக்கெட் எடுத்து பக்கத்துப் பக்கத்து நாற்காலிகளில் உட்கார்ந்தார்கள்.

அந்தத் தமிழ்ப்படம் ஆரம்பித்து சிறிது நேரம் ஆகியிருந்தாலும் கதை புரிந்தது. தியேட்டரில் கூட்டமில்லை. இடைவேளை முடிந்தபோது அவர் மெதுவாக அவள் தோள் மேல் கைவைத்தார். அவள் அதை உணர்ந்ததாகவே காண்பித்துக் கொள்ளவில்லை. சிறிது நேரத்திற்குப் பிறகு அவருடைய தோள்மீது தலை சாய்த்தாள். அவரும் அதை உணர்ந்ததாகக் காண்பித்து கொள்ளவில்லை.

படம் இரண்டரை மணிக்கு முடிந்தது. பக்கத்து ஓட்டலில் சாப்பிட்டார்கள். OP திறக்க இன்னும் நேரமிருந்தது. என்னவோ தெரியவில்லை, அவளுக்குச் சட்டெனத் தலை சுற்றியது. கண்கள் சுழன்றன. பார்க்குமிடமெல்லாம் மஞ்சள் நிறமானது. அவர் பயத்துடன் நெற்றியிலும் கழுத்திலும் தொட்டுப் பார்த்தார். எங்காவது படுத்து ரெஸ்ட் எடுத்தால் நல்லது என்று அவர் சொன்னது அவளுக்கும் சரியென்று தோன்றியது. அப்படித்தான் அவர்கள் காந்திநகரில் ஒரு மூன்றாம்தர லாட்ஜ் அறைக்கு வந்து சேர்ந்தார்கள்.

அறையில் வெள்ளைநிறப் படுக்கை விரிப்புகள் கொண்ட கட்டிலில் படுத்தாள். அவர் அவள் கைகளைத் தடவிக்கொடுத்துப் பக்கத்தில் அமர்ந்தார். எதிரில் இருந்த கண்ணாடியில் அவர்களை அவர்கள் பார்த்துக் கொண்டார்கள். இரண்டு பாவமான ஜென்மங்கள். கரைந்து ஒன்றாய்ச்சேர சிறிது நேரமே இருக்கிறது. ஆனால் அதற்குக் கூச்சப்படுபவர்கள், அதைரியப் படுபவர்கள். ஆனால் இதெல்லாம் வேண்டாமென்று உதறித் தள்ளவும் மனமில்லை. தன் மேல் படரும் கைகளையே பார்த்தபடி இருந்தாள். ஒருமுறைகூட அழுக்கைத் தொடாதது மாதிரி இருக்கும் இளம் மஞ்சள் விரல்கள். அவள் இதற்கு முன் பார்ந்திருந்த நகங்கள்

போல இது கறுப்பாக இல்லை. சிகரெட்டின் மஞ்சள் தழும்பில்லை. அவருடைய மனைவியின் நகங்கள் எப்படி இருக்கும்? இவருடையது மாதிரி? இன்னும் அழகாய்?

அவரும் அப்போது அவளுடைய கணவரைப்பற்றி யோசித்தார். யார் யாரை வேண்டாமென்றது? அவன் அவளையா? அவள் அவனையா? அவன் அழகாயிருக்க மாட்டானா? அவளுக்குப் பிடித்தமாய் முத்தமிடவும், மகிழவைக்கவும் முடியவில்லையா? பெண்களின் மனது யாருக்குத் தெரியும்? அவருக்கு முத்தமிட்டால் பிடிக்காது. சிலருக்கு அது பத்தாது.

அவருடைய கைகள் அவளின் கன்னத்தைத் தடவியது. அவள் அந்த கைகளை அழுத்திப்பிடித்தாள்.

"மஞ்சள் நிறம் சரியாயிடிச்சா?"

"இல்ல, உங்களுக்கு?"

"எனக்கு ஜுரம் தானே"

கண்ணின் ஒரு பாகம் சிவந்தும் மற்றொரு பாகம் கறுத்தும் ஆனால் இப்போது மொத்தமும் சாம்பல் நிறமாய்.......

இரண்டு பேரும் சிரித்தார்கள்.

ஆணும் பெண்ணும் தனியாக ஒரு அறையிலிருந்து சிரிக்கத் தொடங்கினால் என்ன ஆகும்? அழுகை வருவது வரை சிரிப்பு வரும். சிரிப்பு ஒரு விதமான கண்கட்டு வித்தை தான்.

சிரிக்கும்போது அவள் அழகாக இருக்கிறாள் என்று அவருக்கும், அவர் அழகாக இருக்கிறார் என்று

அவளுக்கும் தோன்றியது. பரஸ்பரம் முத்தமிட்டுக் கொள்ள மோகம் வந்தது. அதிகமாக என்ன சொல்ல? அன்று காலையில் பழக்கமான இந்த தொற்று நோயாளிகளுக்கு தங்களின் வீடும், கூடும் மறந்து, நாடும், நாட்டு நடப்பும் மறந்து சரியாகச் சொல்ல வேண்டுமென்றால் இணை சேர்ந்தார்கள். மாலை ஏறிப்போய் வீட்டுக்குப் போகத் தயாரானவுடன் அவர் ஏதோ இழந்துபோன மனோபாவத்துடன் அவளை முத்தமிடவும், அவள் அதை ஏற்கவும் செய்தாள்.

மருத்துவக்கல்லூரி OP மூடியிருந்தது. நட்சத்திரங்களின் OP திறக்க ஆரம்பித்திருந்தது. வீடு போய்ச் சேர்ந்தபோது நோய் முற்றியிருந்தது.

"என்ன அம்மா ரொம்ப முடியிலயா?"

கையில் நெற்றியை வைத்து கட்டிலில் தளர்ந்து கிடக்கும் அவளுடைய படுக்கைக்கருகில் வந்து உட்கார்ந்து சின்னவன் வேதனையோடு கேட்டான்.

"ஒண்ணுமில்லடா. பாக்கும்போது எல்லாம் மஞ்சளா தெரியுது." தடுமாறியபடி சொன்னாள்.

இரவில் நோய் மிகவும் முற்றியது. பிள்ளைகள் பயந்தார்கள். பக்கத்து வீட்டிலிருப்பவர்களைக் கூப்பிட்டு இரவோடு இரவாக மருத்துவமனையில் சேர்த்தார்கள்.

இரண்டு வாரங்கள் முற்றிப்போய்விட்ட காமாலைக்குச் சிகிச்சை எடுத்துக் கொண்டாள். மருந்தும், பத்தியமுமான மயக்கத்தில் அவள் அவரை மீண்டும் மீண்டும் பார்த்தாள். மயக்கத்தில்கூட அவள் அவரை மஞ்சள் நிறத்தில்தான் பார்த்தாள். மஞ்சள் கண்கள், மஞ்சள் தலைமுடி, மஞ்சள் காதுகள், மஞ்சள் உதடு......

மேலும் ஒரு வாரம் முடிந்தது. உடல் நிலை தேறி வீட்டிற்கு வந்து இத்தனை நாள் சரியாகப் பெருக்காமல் இருந்த செடிகளின் குப்பைகளுக்கிடையில் சருகுகளினூடாகத் தங்கியிருக்கும் சிறு தாளில் அவள் அவரை மீண்டுமாக ஒரு முறை பார்த்தாள்.

மஞ்சள் காமாலையால் ஒரு ஆசிரியர் இறந்து விட்டார் என்று அச்சிடப்பட்டிருந்ததன் கீழே மஞ்சளான, மஞ்சளான, மஞ்சளான...........................

இதயம் நம்மை ஆக்கிரமிக்கிறது

ஆலப்பாடு வடக்கேல் ராமன்பிள்ளை ராகவன் பிள்ளையுடைய மனைவி சாவித்திரி அம்மாவின் வாழ்நாள் ஆசையே தனக்கே தனக்காக மட்டும் ஒரு ஹார்ட் அட்டாக் வர வேண்டுமென்பதாக இருந்தது. ஹார்ட் அட்டாக் என்பது ஒரு ஃபேஷனாக மாறியிருந்த காலம் அது. சிங்கப்பூரிலிருந்தும், பம்பாயிலிருந்தும் சம்பாதித்து ஊருக்கு திரும்பி வந்த புதுப் பணக்காரர்களுக்கு ஹார்ட் அட்டாக் வந்து குடும்பமே அவர்களைக் கவனிக்கும் காட்சி தனக்குள் படிந்த காலத்திலிருந்தே சாவித்திரி அம்மா தனக்கும் ஒரு ஹார்ட் அட்டாக் வரவேண்டும் என உள்ளுக்குள்ளே பிரார்த்தனை செய்யத் தொடங்கியிருந்தாள், "கடவுளே எனக்கு மட்டும் அந்த ஹார்ட் அட்டாக் வராமல் நீ தடுப்பதேன்?"

ஸ்ரீவல்லபனைப் பற்றி உங்களுக்குத் தெரியாதா? ஆறடி உயரம், பட்டுக்கரை வேட்டி கட்டி, சந்தனப் பொட்டு வைத்து நடந்து வந்தால் எந்த பெண்ணியவாதியும் ஆசைப்படும்விதமாகக் கம்பீரமானவன், அழகானவன், கம்பு சுழற்றுவதில் வீரன், சமஸ்கிருத பண்டிதன், வழக்கம் போல ஒரு ஆணாதிக்கவாதி, பெண்களிடம் ஈர்ப்பில்லாதவன். ஒருமுறை வீடு கூட்டுபவள் மோகத்துடன் பார்த்தாள் என்பதால் அவளை அப்போதே சபித்துக் கல்லாக்கியவன். பெண்களை வீட்டுக்குள் பார்க்கும்படியான வேலையில்

நியமிக்க வேண்டாம் என்றும் உத்தரவு பிறப்பித்தவன். அவர்களுக்கு இரண்டு நாட்கள் மட்டுமே தரிசனம் கொடுப்பான். அன்றைக்குத் தன் தேகம் வெளித்தெரியாதபடி கரிபூசி, இரும்பு தொப்பி அணிந்து அசிங்கமாக இருப்பான். ஆண்களுக்கு பர்சனாலிட்டியும் பாண்டித்தியமும் அதிகமானால் எத்தனை சிரமம்! பிறகு கம்யூனிசமும், E.M.S -ம், சோஷலிசமும் பரவ ஆரம்பித்தபோது கொஞ்சம் பின்வாங்க தயாரானார்கள்.

ஆனாலும் பெண்களே பரவாயில்லை என்பது போலத்தான் இருந்தது. திருவில்லாகாரிகள் தைரியமானவர்கள், தன் விருப்பம் போல நடந்து கொள்பவர்களும், விஷயம் புரிய ஏன், எப்படி, எங்கே என்று கேள்வி கேட்பவர்களுமாக இருப்பார்கள். ஆனால், சாவித்திரி அம்மா பாவம், ஒன்றுமே தெரியாது. தன் வாழ்நாளில் ஒருமுறைகூடப் புடவை கட்டியதில்லை, பிரா போட்டதில்லை, ஜட்டியைப் பற்றி நினைத்துக்கூடப் பார்த்ததில்லை. வேட்டியும் கழுத்து தெரியாமல் ஏற்றி தைத்த ஜாக்கெட்டும், உள்பாவாடைக்கு பதில் இடுப்புக்கு சிறிய துண்டும் மோட்டா துணியில் தைத்த பாடியும் மட்டுமே அவருடைய உடை. வேட்டியைச் சரி செய்யாமல் கடவுள் முன் நின்றதில்லை. சட்டெனக் கைகளை உயர்த்தி கும்பிட்டதில்லை. முட்டிபோட்டு கீழே விழுந்து நமஸ்காரம் செய்ததில்லை. ஸ்ரீவல்லபனின் விருப்பங்களை இம்மியும் பிசகாமல் நிறைவேற்றி ஏகாதசியும், ப்ரதோஷமும் வணங்கி வருகிறாள். திருவாதிரை நோன்பும், திங்கள்கிழமை சோமவார விரதமும் இருந்தாள். சகஸ்ரநாமமும், தசாவதாரச் சுலோகமும் மனப்பாடம் செய்து நியமப்படி கடவுள் சன்னிதானத்தை வலம் வந்தாள். ஆனாலும் என்ன கிடைத்தது?

கரைவாரா ஸ்ரீவல்லபன்? கனிவாரா ஸ்ரீவல்லபன்? சித்திரை வருடப் பிறப்பிற்கு கை நீட்டம் வாங்க வரும் சகோதரி ஆசனத்தில் அரக்கு ஒட்டிக்கொண்டு வந்து தன் செல்வத்தைக் கொண்டு போகாமலிருக்க பீடத்தில் தேங்காய் எண்ணெயைத் தடவி வைக்கும் சாமர்த்தியகார தெய்வம் அவர்.

சில நேரங்களில் சாவித்ரி அம்மா மனதில் நினைப்பதை கடவுள் புரிந்து கொள்வார். அவள் பன்னிரெண்டு நாள் குளித்து, பிரார்த்தனை செய்து சாமி கும்பிட்டால் கடவுள் உடனே கனிந்து ஒரு கர்ப்பத்தினைப் பரிசாகக் கொடுப்பார். கர்ப்பமும், பிரசவமும், முலையூட்டலுமாக நிம்மதியாய் ஒன்றரை வருடம் நகரும். இல்லையென்றாலும் இந்தப் பெண்களின் பிரச்சனை, போதும் போதும் என்றளவு குழந்தைகளைப் பெற்று வளர்த்தால்தான் தீரும். அப்படியாக ஏழெட்டு குழந்தைகளைப் பெற்றெடுத்தாள் சாவித்திரி. அதற்குள் எல்லா பெண்களைப்போல சாவித்திரிக்கும் விவேகம் வந்தது. கேட்பதெல்லாம் கிடைக்கப் போவதில்லை. ஆசைப்பட்டதெயெல்லாம் சாதிக்கப் போவதுமில்லை. ஆசைகளாய் உருகும் அரக்கினைத் தொட்டால் தன்னுடைய கையும் காலும் ஒட்டிக்கொள்ளுமே தவிர வேறு ஒன்றும் நடக்காது. கைகளும் கால்களும் ஒட்டி விட்டதென்று வேதனைப் பட்டாலும் எதுவும் கிடைக்கப் போவதில்லை. எந்தப்பசையும் ஒட்டாதவிதமாக உரிமையாளன் பீடங்களை நன்றாக எண்ணெய் தடவி பளபளப்பேற்றியிருக்கிறான்.

சாவித்திரியம்மாவைப் பொறுத்தவரை குழந்தைகள் தான் அரக்கு. சாவித்திரி அம்மாவில் அவரும் அவரில் சாவித்திரி அம்மாவும் ஒட்டி பிணைந்திருக்கிறார்கள். அரக்கின் சன்னமான வலைகள் மீண்டும் மீண்டும்

சாவித்திரி அம்மாவை இழுத்தது. கால மாற்றத்தில் வலைகள் வேறு இரைகளைத் தேடிப் போனபிறகு அவள் மீண்டும் தனித்து விடப்பட்டாள். வேறெங்கும் போக முடியாததாலும் வேறு போக்கிடம் இல்லாததாலும் மீண்டும் அவள் ஸ்ரீ வல்லப சந்நிதியிலேயே தங்கிப் போனாள்.

ஸ்ரீ வல்லபா, எனக்கு இனி வேறொன்றும் வேண்டாம். ஒரே ஒரு ஆசை மட்டும்தான் இருக்கிறது. கடவுளே, எப்படியாவது எனக்கு மட்டுமே சொந்தமாக ஒரு ஹார்ட் அட்டாக் கொடு.

ஸ்ரீ வல்லபன் மனம் கனிந்து, கரைந்து சித்திரை வருடப் பிறப்பிற்கு பிறகு வந்த சாவித்திரி அம்மாவின் அறுபதாம் பிறந்த நாளின் முன்பாக அவளுடைய பிரார்த்தனையை ஏற்றுக் கொண்டார்.

அன்று பகல் மணி பதினொன்றரை இருக்கும். அதுதான் ராகவன் பிள்ளைக்கு கஞ்சி குடிக்கும் நேரம். கொதிக்கும் கஞ்சியை ஆவி பறக்க, சின்ன ஸ்டீல் பாத்திரத்தில் ஊற்றி வாய்பாகம் உருண்டு குழியான ஸ்டீல் மூடியால் மூடி மேசைமேல் வைக்க வேண்டும். பக்கத்தில் ஒரு கிண்ணத்தில் தேங்காயும் சின்ன மிளகாயும் சேர்த்து அரைத்து கடுகு தாளித்துவிட்ட, தோட்டத்தில் விளைந்த சேப்பன் கிழங்குக் கறியும் சமர்ப்பிக்க வேண்டும்.

இந்த நைவேத்யம் பூர்த்தியாக, பரந்த மண் பாத்திரத்தில் பழுத்தும் பழுக்காததுமான நான்கைந்து காந்தாரி மிளகாயை அறுத்துப் போட்ட உப்பு மாங்காயும் வேண்டும். மிகுந்த ஆசாரப்படி பக்குவப்படுத்தப்பட்ட உப்பு மாங்காயில் நல்லதொன்றைத் தேடிக் கொண்டிருந்தாள் சாவித்திரி அம்மா.

இரண்டு ஆள் உயரமுள்ள பழைய சீனநாட்டு உப்பு ஜாடியாக இருந்தது அது. பரணை மேலே வைத்திருக்கும் மாங்காய் ஜாடிக்காக சின்ன ஏணிப்படியில் ஏறி கைவிட்டு பார்த்தால் பதமாய் உப்பில் ஊறி, சுருங்கி சுருண்டு நன்கு காய்ந்திருக்கும் பிஞ்சு மாங்காய்களின் பெருமூச்சினை ஸ்பரிசிக்க முடியும். அந்தக் காலத்தில் எல்லா வீடுகளிலும் இப்படியான மாங்காய் ஜாடிகள் இருந்தன. மேலே ஏறிநின்று இறுகக் கட்டிய ஜாடியின் வாய்பக்கம் உள்ள துணியின் முடிச்சை லேசாக அவிழ்த்தபோது தெற்கு பார்த்திருக்கும் பிரசவ அறைக்கு போகும் நினைவு வந்தது அவளுக்கு. நஞ்சுக் கொடியும் உதிரமுமாக மூக்கைத் துளைக்கும் கந்தம். அந்த நேரத்தில் தான் ஸ்ரீவல்லபனின் கனிவு பாய்ந்து வந்தது. உள்ளே மாங்காய் ஜாடியின் துணி முதலில் அவிழ்ந்தது. இஷ்ட தெய்வத்திற்குப் பரிமாறி பரிமாறி உப்பு மாங்காய்கள் தீர்ந்து போயிருந்தன. மீதமிருந்த தண்ணீரின் கடினம் ததும்பி வெளியேறின. அவளுடைய ரத்த நாளங்களில் உப்பின் புகைச்சல் அரித்து அரித்து ஒழுகி படியிலிருந்த கால் வழுக்கியது. கையில் வைத்திருந்த கிண்ணம் கீழே விழுந்து தரையில் மோதி வாசல்வரை உருண்டு வந்து சப்தமெழுப்பி அடங்கியது.

சாவித்திரி அம்மாவின் பிள்ளைகளில் நான்குபேர் விடுமுறைக்காக ஊருக்கு வந்திருந்தார்கள். ப்ளஸ் டூ டீச்சராக இருக்கும் ரமக்குட்டியின் மகள் அம்முதான் பாட்டி விழுந்ததை முதலில் பார்த்தவள். அவள் கத்தியதைக் கேட்டு ரமக்குட்டியும், அவருக்குப் பின்னால் எர்ணாகுளத்திலிருக்கும் ஏழாவது மகள் சுமக்குட்டியும் ஓடிவந்தார்கள்.

"என்னம்மா... அம்மா என்ன ஆச்சு?" என்று கேட்ட மகளிடம் சாவித்திரியம்மா வேதனையிலும் அரை

மயக்கத்திலும் புளங்காகிதத்துடன் சொன்னாள், “பரவாயில்லடி ஸ்ரீ வல்லபனுக்கு நான் கூப்பிட்டது கேட்டிருச்சு.”

வாசலில் வெள்ளாவி வைத்து வெளுத்த பட்டுக்கரை வேட்டி கட்டி, கரை அங்கவஸ்திரமும், நெற்றியில் சந்தனமும் தரித்து, நெல்லிக்காய் அளவில் கழுத்தில் ருதத்திராட்ச மாலை அணிந்து ஈஸி சேரில் நீட்டிப் படுத்திருந்த ராகவன்பிள்ளைக்கு ராஜா மார்த்தாண்டவர்மா பள்ளியில் ஏழாம் வகுப்பில் படித்த கவிதை மனப்பாடமாய் நினைவுக்கு வந்தது.

தன் ப்ரியன் என்று தொடங்கும் பாடலை எப்போதும் கேட்டுக் கொண்டிருந்தபடியால் அம்மாவை வெளியே தூக்கி வந்த பிள்ளைகள் அதைக் கவனிக்கவில்லை. வாசலுக்கு வருவதும், காரில் கிடத்துவதுமான சப்தத்தை அவர் உணரவில்லை. மூத்த மகன் ராஜேந்திரன் காரை ஸ்டார்ட் செய்தபோது வஞ்சிப் பாட்டின் ராகத்தில் உள்ள கவிதையைச் சாவித்திரி அம்மாவால் மட்டும் கேட்க முடிந்தது.

காரில் சுமக்குட்டியின் மடியில் படுத்துக் கொண்டிருந்த சாவித்திரிக்கு வேர்த்து ஊற்றியது. ஈர ஆடை அணிந்து ஸ்ரீவல்லப சாமி சன்னிதானத்தில்தான் தான் இருப்பதாய் அவள் நினைத்துக் கொண்டாள். கர்ப்பகிரகத்துக்கு முன்னால் கூப்பிய கையுடன் அவள் நிற்கிறாள். பூஜை முடிந்தது. நெய்வேத்யம் எடுக்கும் நேரம் நெருங்குகிறது. மூலஸ்தான கதவு சாத்தப்போகிறார்கள். பெண்கள் யாரையும் தொடாமல் தூரத்தில் நிற்கவேண்டும்.

யாரையும் தொடாமல் ஐ.சி.யூ.வில் சாவித்திரி நான்கு நாட்கள் படுத்துக் கிடந்தாள். நான்காவது நாள்

இரண்டாவது மகன் சுரேந்திரன் ராகவன்பிள்ளையின் ஈசிசேரின் பின்னால் போய் நின்று தொண்டையைச் செருமி கவனத்தை ஈர்த்தார்.

''ம் ? ''

''அம்மா...''

''ம்..... என்ன?'

''நாலஞ்சு ப்ளாக் இருக்கு... நாளைக்கு சர்ஜரி பண்ணனுமாம்''

''அது பெரிய செலவில்லையா?''

ராகவன் பிள்ளை ருத்திராட்ச மாலையைத் திருகியபடி ஆலோசித்தார்.

''என்னான்னாலும் நான் பாத்துக்கறேன்.''

அந்த நேரத்தில் உப்புத் தண்ணீரில் மிதக்கும் மாம்பிஞ்சுகளின் சக்தியிலிருந்தாள் சாவித்ரி. சுகமான படுக்கை. பாரமில்லை, எந்தப் பொறுப்புமில்லை, நிமிடங்களின் நகர்தலுக்கான வேதனையில்லை.

அப்போது பக்கத்தில் யாரோ வந்து நிற்பதை உணர்ந்தாள் அவள். உணர்ந்தவுடன் திடுக்கிட்டு எழுந்து நிற்க முயற்சித்தாள், யாரது? சாட்சாத் ஸ்ரீ வல்லப சாமியா? ஆறடி உயரம். பட்டுக்கரை வேட்டி. பட்டு கரை வைத்த அங்கவஸ்திரம். கழுத்தில் தங்கத்தில் கட்டிய ருத்ராட்சமாலை. என் கண்கண்ட தெய்வமே...

கண் திறக்க சிரமப்படும் சாவித்திரியைப் பார்த்து அவர் சுற்றி வளைக்காமல் பேசினார்.

''சாவித்ரி நான்தான். ஒரு செய்தியை சொல்லத்தான் வந்தேன். நான் இதுவரை உன்னை

அன்புடன் பேர்சொல்லிக் கூப்பிட்டதில்லை. உன்னிடம் பிரியமாய் ஒரு வார்த்தை பேசியதில்லை. கிட்டதட்ட நாப்பதஞ்சு வருஷம் நாம் ஒன்றாய் வாழ்ந்திருக்கிறோம். அவ்வளவு நாட்களும் காலையில் நான்கு மணிக்கு உருக்கிய நெய் விட்ட கடுங்காப்பியை எடுத்துக்கொண்டு வந்து நான் படுத்திருக்கும் பாயில் கொண்டு வந்து வைப்பாய். எட்டுமணிக்கு ஆவி பறக்கும் பூ போன்ற இட்லியும், சாம்பாரும், மிளகு சேர்த்து அரைத்த துவையலுமாய் பரிமாறினாய். கடுகு தாளித்த சேப்பன் கிழங்கு கறியும், காந்தாரி மிளகாய் அரிந்து போட்டு உப்பில் ஊற வைத்த பிஞ்சு மாங்காயுமாக பதினொரு மணிக்கு நொய்யரிசி கஞ்சி தருவாய். சாயந்தரம் மூன்று மணிக்கு பால்விட்ட காபியும், ஊறவைத்த அவலும் ராத்திரிக்கு கஞ்சியும் பச்சைபயிறு பொரியலும், சுட்ட அப்பளமும் என நிமிட நேர தாமதமில்லாமல் பரிமாறினாய். என் படுக்கையைச் சுருக்கமில்லாமல் விரித்து, இரவில் நான் படுக்கும்போது என் தலைமாட்டில் மின்னும் வெண்கல கூஜாவில் சீரகத் தண்ணீர் மூடி வைத்திருப்பாய். இரவில் வெளியே போக எழுந்தால் எனக்கு முன்னால் ஓடிப்போய் விளக்கைப் போடுவாய். தூக்கத்தில் நானொரு முறை அசைந்தால் கூட சூடா தண்ணி இல்ல வேற ஏதாவது வேணுமா என்று சப்தமடக்கிக் கேட்பாய்.

என் துணிகளைத் துவைத்து திட்டமாய் கஞ்சியும் இஸ்திரியும் போட்டு எடுத்து வைப்பாய். பேனாவாகட்டும், குடையாகட்டும், கண்ணாடியாகட்டும் என்னுடையது எதுவானாலும் என் கை எட்டும் தூரத்தில் எடுத்து வைத்திருப்பாய். இதற்கெல்லாம் பிரதி உபகாரமாக எட்டு பிள்ளைகளைத் தவிர நான் உனக்கு எதுவும் தரவில்லை. உனக்கு சாப்பாடு இருக்கா, துணி இருக்கா, தலைக்கு எண்ணெய் இருக்கா எதுவுமே

இதுவரை நான்கேட்டதில்லை. நாம் ஒன்றாய் உட்கார்ந்து பேசியதில்லை. ஒன்றாய் எங்கேயும் போனதில்லை.

சாவித்திரியின் ஈ.சி.ஜி.-யில் கோடுகள் தாறுமாய் ஓடின. அவள் கடவுளைப் பார்த்து ஆனந்தத்துடன் சிரித்தாள். பிறகு மனத்திற்குள்ளாகவே கணவன் பாடும் பாட்டை பாடினாள். ராகவன்பிள்ளைக்கும் அது கேட்டிருக்க வேண்டும். ஆனாலும் அவர் கேட்காத பாவனையில் தொடர்ந்தார்.

"தப்பு நடந்து போச்சு. சாவித்ரி என்னை மன்னிச்சுடு..."

அது மட்டுமா? தீர்மானித்ததுபோலச் சாவித்திரியின் டிரிப் ஏறும் இடது கைகளைப் பிடித்து உதட்டோடு ஒத்தி எடுத்து, அரக்கு காய்ந்தது போல சுருக்கம் ஓடிய கைகளில் வேலை செய்யாததனால் ஏற்பட்ட மினுமினுப்பும் சேர அவளுடைய கைகளைத் தடவிக் கொடுத்தார். பெருமூச்சுடன் தொடர்ந்தார்.

"இனியொரு ஜென்மமிருந்தால் சாவித்ரீ...." பூர்த்தியாகவில்லை. அதற்கு முன்பே முடிந்தது. இப்படி காலமெல்லாம் சீன பரணியில் கிடந்து நீர் சேர்க்காமல் ஊறிய உப்பு மாங்காயின் மேலேதான் அந்த குளிர்ந்தநீர் விழுந்தது. உப்பு மாங்காய் உப்பி உடைந்தது. ஈ.சி.ஜி-யில் கோடுகள் உயர்ந்து தாழ்ந்து மணலில் நிலைத்தது. செவிலியர்களும், மருத்துவர்களும் ஓடி வருவதற்குள் சாவித்ரி அம்மாவின் ஹார்ட் அவரை அட்டாக் செய்து வீழ்த்தியிருந்தது.

சடங்கும், காரியமும் முடிந்து எல்லோரும் போய்விட்டார்கள். அப்பாவைப் பார்த்துக்கொள்ள சின்ன மகள் சுமக்குட்டியை வீட்டிலேயே இருக்க வைப்பதென்றும், வாரக் கடைசியில் அவளுடைய

கணவர் சேகரனும், குழந்தைகளும் வீட்டிற்கு வருவதென்றும் தீர்மானித்தார்கள்.

முதல் சனிக்கிழமையன்று மனைவியைப் பார்ப்பதற்கென்று சேகரன் பறந்தோடி வந்தான். ஆலப்பாடு வடக்கு வீட்டின் வாசலில் அப்போதும் சித்ரசாலை பாராயணம் தீர்ந்திருக்கவில்லை.

மனைவியைக் காண பேருவகையோடு சமையலறைக்கு வந்த சேகரன் திடுக்கிட்டான்.

ஏர்ணாகுளத்தில் சுடிதாரும், மிடியும், ஸ்லீவ்லெஸ் ஜாக்கெட்டும் அணிந்து நாகரீக யுவதியாய் நடந்த சுமக்குட்டி இப்போது முண்டும் ப்ளவும் மேலேயிட்ட துண்டுமாய்...

அது மட்டுமா? சேகரனைப் பார்த்தபோது என்னவென்று தெரியவில்லை, சுமக்குட்டி கை கூப்பினாள்.

''என் கடவுளே, ஸ்ரீ வல்லபா! எனக்கொரு....!''

கெ. ஆர். மீரா.

இறந்தவளின் கல்யாணம்

அவளுக்குத் திருமணம். 'என்மகஜ'யில் அவளுடைய இன மக்கள் தங்கியிருந்த காலனியில் முத்தாரம்மன் கோவிலுக்கு முன்னால் முற்றிய இரவிலாக இருந்தது திருமணம். குருத்தோலைகளினால் பந்தலிட்டிருந்தார்கள். மாக்கோலமிட்டு அதன் நடுவில் சிகப்பு நிறப்பட்டு விரித்து இரண்டு பீடங்கள் செய்திருந்தார்கள் இடதுப் பக்க பீடத்தில் தான் அவள் உட்கார வேண்டும். கன்னட பூசாரி முதலில் விளக்கினை ஏற்றுவார். பிறகு குலதெய்வத்திற்குப் பூஜையும், ஆரத்தியும் தொடங்கும். அது முடிந்ததும் பாரம்பரிய செண்டை மேளம். அப்போது வலது பக்கப் பீடத்தில் மாப்பிள்ளையை உட்கார வைப்பார்கள். தொடர்ந்து மாப்பிள்ளையின் நலனுக்காக மந்திர ஜெபமும் பூஜையும் நடக்கும். எல்லாவற்றிற்கும் துவக்கம் என்பதுபோல பூசாரி மாக்கோலத்தின் மூலைகளில் சின்ன சின்னதாக வைத்திருக்கும் மண் விளக்கைப் பற்றவைத்தார். புது வெள்ளை வேட்டியின் மேல் சிவப்புப் பட்டுடுத்திய ஒரு மேளக்காரன் செண்டை மேளத்தைத் தூக்கி வந்து சனிமூலையில் நின்றான்.

எந்த நிமிடமும் மாப்பிள்ளை வந்துவிடக்கூடும் நிசப்தத்தைக் கலைக்காத தொனியில் மௌனகம்பீரத்தில் மேளமடிக்க ஆரம்பித்தார்கள். அந்த நேரத்தில் தான் அவர் வந்தார்.

வந்தவர் களைப்பேறியிருந்தார் நீண்ட பயணம் முடிந்து வரும் அலுப்பு அவர் முகத்தில் தெரிந்தது. இடது தோளில் மாட்டிய ஒரு தோல்பையை இடது கையைக் கொண்டே மார்போடு சேர்த்துப் பிடித்திருந்தார்.

அவளுடைய அப்பாவிடம் பழைய ஆம்புலன்சின் கதையைச் சொல்லி தன்னை அறிமுகப்படுத்தியதும் அப்பா அவரை வணங்கி வரவேற்கவும் செய்தார். மொத்தமிருந்த நல்ல இரண்டு மூன்று நாற்காலிகளில் ஒன்றில் அவர் உட்கார்ந்தார். அவர் வருகைக்கான காரணத்தை அவளுடைய மாமாவிடம் சொல்ல, மாமாவும் அவருக்கு வணக்கம் சொன்னார்.

கடைசியாகப் பார்த்ததைவிட அவரிடம் பெரிய மாற்றம் தெரிந்தது. பழைய அவரின் எலும்புக்கூட்டு சித்திரமாக இப்போதிருந்தார். அடர்த்தியான முடி முக்கால்வாசி கொட்டியிருந்தது. கண்கள் பழைய ஒளியை இழந்து யாரோ கசக்கி மூடிவிட்டதுபோலப் பாதி மூடியிருந்தது. கண்ணெடுக்காமல் அவரையே பார்த்துக் கொண்டிருக்க, பிணந்தின்னி எறும்புகள் இதயத்தை அரிப்பதாய் அவளுக்குத் தோன்றியது.

அவளுடைய மாமா ஒரு ட்ரேயில் டீயும் இனிப்புப் பலகாரங்களும் கொண்டு வந்தார். அவர் தயக்கத்தோடு டீயை மட்டும் எடுத்து, குடிக்காமல் கையிலேயே பிடித்தபடி இருந்தார். அப்போது பந்தலிட்டிருந்த மைதானத்தின் எல்லைகளில் பெரிய மரங்களினூடாக குளிர்ந்த காற்று ஒருவிதச்சோகத்தோடு வீசியது.

இலைகளுக்கும் காற்றுக்கும் இடையிலான கலகம் அவளுக்கு எப்போதும் பிடிக்கும். தலைநகரத்திற்குப் படிக்க சென்றபோதுகூட தனக்குப் பிரியமான மரத்தைத்தேடி அவள் அலைந்திருக்கிறாள். கல்லூரியும் விடுதியும் மரங்களால் சூழப்பட்டிருந்தது. ஆனால் எல்லாம் அலங்கார விருட்சங்கள். உள்ளே திண்மையற்ற வாகை மரங்கள். உயிர்ப்பில்லாத செயற்கை மரங்கள். எப்போதோ பூக்களையும் காய்களையும் மறந்துபோன மாமரங்கள். காசர்கோட்டின் குளிரோ தூய்மையோ அங்கில்லை. அங்கே இருப்பவர்களும் அவளுடைய இருண்ட நிறத்தையும் சுருண்ட தலைமுடியையும் பெரிய

மூக்கையும் பரிகாசத்தோடும் அவளுடைய மார்க்லிஸ்டை நம்பிக்கையில்லாமலும் பார்த்தார்கள். ஆனாலும் அவளுக்குத் திருவனந்தபுரம் பிடித்தே இருந்தது. ஏனெனில் அதற்குள்ளாக அவள் அவரைக் கண்டடைந்திருந்தாள்.

''சார் முன்னாடியே பொறப்பட்டீங்களா? '' அவளுடைய அப்பா அவரிடம் கேட்டார்.

''நேற்று.... விடியும்போது காசர்கோட்டிற்கு வந்தேன்.''

''மனைவியையும் பிள்ளைகளையும் கூட்டிக்கொண்டு வந்திருக்கலாமே?'' அவளுடைய அப்பாவின் கறுத்து மெலிந்த சரீரத்தையும் தளர்ந்த முகத்தையும் பார்த்து ஜீவனில்லாத சிரிப்பொன்றினைக் கொண்டு முகத்திலொரு கோடு வரைந்தார்.

அவரும் இங்கே வருவாரென்று நினைக்கவில்லை அவளுடைய அப்பா இன்லென்ட் லெட்டிரில் எழுதிய திருமண அழைப்புக் கடிதம் கிடைத்தபோது அவரை முதலில் நம்பிக்கையின்மையும் பிறகு மிகப்பெரிய வேதனையும் சூழ்ந்தது. புதைத்துப் போட்டதையெல்லாம் கிளறி எடுப்பதேன்? அழுகிப் போகட்டும். மண்ணில் சிதைந்து போகட்டும் அடையாள காணிக்கற்கள் வேண்டாம். அடக்கியும் அடங்காமல் மெதுவாகவும் ஆனால் திடமாகவும் வரும் கண்ணீர்த்துளிகள் போல உருகிய மெழுகு இற்று வீழ்ந்து கிடக்கும் கல்லறைகளை இனியும் மீதி வைக்க வேண்டாம்.

ஆனால் கடைசி நிமிடத்தில் மனது மாறியது. அவளுக்காக எதையும் செய்து கொடுத்ததில்லை. ஒருவேளை நான் வருவேனென்று எதிர்பார்த்தால்? அல்லது ஆசைப்பட்டால்?

ஒரு ஆதிவாசி பெண்ணின் சாபம் தொடர்கிறது

என்றுதான் அவர் நினைத்தார். சபிக்கப்பட்ட அவர் எந்தத் தவறும் செய்யவில்லை. எதையும் எதிர்பார்க்கவில்லை. எந்தச் சத்தியமும் செய்து கொடுக்கவில்லை, முதலில் பார்த்த நிமிடத்திலிருந்து சற்று இடைவெளி விட்டே பழகியிருந்தார். கறுத்த, குண்டான ஒரு காட்டுப்பன்றி போல மட்டுமே அவள் முதல் பார்வையில் தெரிந்தாள். ஆனால் ஆச்சரியப்பட வைத்த நிகழ்வு இந்த காட்டுப்பன்னிக்குள்ளிருக்கும் வாசிப்பாக இருந்தது. எப்போதாவது கையில் கிடைக்கும் பணத்துடன் காட்டுப்பன்றி புத்தகக் கடைக்குப் பாயும். அவர் புத்தகங்கள் உட்பட பல எழுத்தாளர்களின் புத்தகங்களைக் காசு கொடுத்து வாங்கும்.

வியர்வைத் துளிகள் அரும்பி நிற்கும் முகமும், எண்ணெயும் வியர்வையும் கலந்து நிற்கும் தலைமுடியுமாக அவள் கன்னட ஆதிக்கமுள்ள பாஷையில் மலையாள இலக்கியத்தைப்பற்றி பேசுகிறாள். அவருக்கு ஒரு பெண்ணாய் அவள் எந்த ஈர்ப்பையும் ஏற்படுத்தவில்லை. ஆனால் ஒரு படிப்பாளியைப் பார்த்து ஏற்படும் பிரமிப்பு, சகஜீவனோடுள்ள ஈடுபாடு அது. ஆறிப்போயிருக்கும் டீ டம்ளரைக் கையில் பிடித்தபடி யோசனையில் சூழ்ந்திருந்த அவரை அவள் கண்ணிமைக்காமல் பார்த்தாள் அவளுக்குப் பரிதாபமாக இருந்தது.

அவர் மிகவும் சோர்ந்திருந்தார். சூடான தேநீர் அதை நிச்சயம் போக்கும். ஆனால் இந்தத் தேநீரை ஒரு தேநீராய் மட்டுமே அவரால் குடிக்க முடியாது. தேநீர் தேநீராகாமல், தன் மனசாட்சியை வேதனைப்படுத்தாமல் மறுக்கப்பட்ட அந்த டம்ளரை திருப்பிக் கொடுப்பதற்கு முன் மரியாதை நிமித்தம் அது தனக்கு அவசியமில்லையென எல்லோரையும் நம்பவைத்த பிறகு, அவர் அதைக் குடிக்கலாம். சீரான பனி வீசும் காற்றில் அவருடைய உதடுகள் வீங்குவதை அவள் கண்டாள். இன்னும் கொஞ்ச நேரத்தில் உதடுகள் காற்றில் பிளந்து வெடிக்கும், ரத்த ஓட்டம் கொஞ்சமுமில்லாத

செல்கள், தண்ணீர் இல்லாத மரத்தி இலைகள்போலச் செத்துக் கொண்டே இருக்கும். உப்புத்தரிகள் போல இறந்த செல்கள் வாயின் ஓரங்களில் ஒட்டிக் கொண்டிருக்கும். இறந்தவர்களின் உதடுகள் போல அவை வெளிறி, விரிந்து நிற்கும். முதன் முதலில் பார்ககும்போது அவருடைய உதடுகள் எப்படி இருந்தது என்று யோசிக்கத் தொடங்கினாள். அப்போதெல்லாம் அவருடைய உதடுகளை அவள் கூர்ந்து கவனித்ததில்லை, அவர் அவளுக்கு முன் ஒரு முழு ஆண்மகனாக தெரிந்தார். வெயிலில் நிழல் தரும் மரம் போன்ற மனிதர் அவர். சாய்ந்து நிற்கும்போது சரிந்து விழாமல் தாங்கும் மனிதர். இலைகள் எப்படி, வேர்கள் எப்படி, கிளைகள் எப்படி ஒருபோதும் அவள் பரிசோதித்ததில்லை.

"இந்தச் சடங்குகள் எப்போது முடியும்?"

அருகில் தன்னுடைய எந்த தேவைக்கும் சேவகம் செய்யத் தயாராக வந்து நிற்கும் மாமாவிடம் ஏதாவது கேட்க வேண்டுமே என்று கேட்டார்.

"மாப்பிள்ளை வீட்டார் இன்னும் வரவில்லை. பன்னண்டு மணியாயிடும் போலருக்கு. அவுங்க வந்துட்டா முதலில் பூஜை முடித்து அப்புறம் தாம்பூலம் மாத்திடுவாங்க. கடைசிச் சடங்கா மாலை மாத்தி தாலி கட்டணும் அவ்வளவுதான்.

அவருடைய கண்கள் நிறைந்தன. அதைப் பார்த்தவளுக்கு சந்தோஷம் துளிர்த்தது. அப்போது அவருக்குத் திருமணமாயிருக்கவில்லை. அவளுக்கும் மரியாதை கொடுத்து அழைப்பு வந்திருந்ததால் அவளும் அத்திருமணத்தில் பங்கெடுத்தாள். வேதனைப் பெருமூச்சோடுதான் பந்தலில் அமர்ந்திருந்தாள். ஆராதனைக்காக மெழுகுவத்தியைக் கொளுத்தும் பாவத்துடன் அவர் அந்த மெலிந்த அழகியின் கழுத்தில் தாலி கட்டியபோது அந்தப் பெண்ணின் பிரகாசத்தில், அவருடைய முகம் ஜொலித்தது. அவருடைய மனைவியின் பவித்ரமான பளிங்குபோன்ற அழகோடு

ஒப்பிட்டுப் பார்த்தால் ஒரு கரிந்த விறகுக் கட்டையாக இருந்தாள் அவள். அன்றைக்கெல்லாம் கரிக்கட்டையாக இருந்த வெளித்தோலை மட்டுமே அவர் பார்த்திருந்தார். உள்ளே இருந்த சிவந்த கனலை அவள் மறைத்து வைத்திருந்தாள். நிறைய தண்ணீர் குடித்திருந்த போதிலும், உள்ளேயிருக்கும் சிவந்த கனல், ஆசையோடும் பிடிவாதத்தோடும் ஜொலித்துக் கொண்டேயிருந்தது.

ஆசைக்குக் காந்தசக்தி இருக்கிறது என்று யாரோ கூறியது சரிதான். அவர் தோற்றுப்போன மனநிலையோடு யோசித்துப் பார்த்தார். அவருடைய ஆசைக்கு சிலசமயம் காந்தம் இந்தப்பக்கம், இரும்புத்துண்டு அந்தப்பக்கம், இல்லையென்றால் இந்த மழைநாளில் இப்படி பழக்கமேயில்லாத இடத்தில், பழக்கமேயில்லாதவர்களின் நடுவில், குளிரிலும் இருட்டிலும் உட்கார்ந்திருப்பது எதற்காக?

பக்கத்திலெங்கேயோ அவளிருக்கிறாள் என்பதை அவர் உணர்ந்தார். சுற்றிலுமிருக்கும் கூட்டத்தினிடையில் பார்வையால் தேடினார். கோவில் தூண்களில் சாய்ந்து உட்கார்ந்திருக்கும் பெண்களின் மத்தியில் அவள் உட்கார்ந்திருக்க மாட்டாளா என்று அவர் ஏங்கினார். இன்றையநாள் அவளுக்கு எப்படி இருக்கும்? கறுத்த பெண்ணாயிருந்தாலும் பளபளக்கும் முகத்தில் பவுடரடித்து, பொட்டு வைத்து, வெளுத்த பற்கள் காட்டிச் சிரித்து, கடும்பச்சையிலோ, கடும் சிவப்பிலோ பட்டுப்புடவை கட்டி, கழுத்திலும் கையிலும் நகைகள் அணிந்து, ஸ்பிரிங் போல சுருண்ட தலைமுடியில் முல்லைப்பூவும், கனகாம்பரமும் வைத்து.... அவருக்கு மீண்டும் கண்கள் நிறைந்தன.

“சார். அவுங்கல்லாம் வந்துட்டாங்க.” மாமா அவசரஅவசரமாய் ஓடி வந்தார். “இனி இப்போ பூஜைகள் தொடங்கும்.”

கோவிலுக்கு வரும் வழியின்முன் ஒரு சின்னக் கூட்டத்தை அவர் பார்த்தார். மாப்பிள்ளை வீட்டு ஆட்கள் அவர்கள். கறுத்து, மெலிந்த, வறுமையை பறைசாற்றும் ஒரு கூட்டமது. முன்னால் நடந்த ஒரு ஆள், சிவப்புப் பட்டு சுற்றிய ஒரு கலசத்தைப் பிடித்திருந்தார். அவர் தான் மாப்பிள்ளையாக இருக்கவேண்டும் என்று தோன்றியபோது அவருக்கு இதயம் ஒருமுறை வேகமாக துடித்தது. இங்கு வராமலேயே இருந்திருக்கலாம்.

அவர் இன்னும் டீ குடிக்கவில்லை என்பதை அவள் கவனித்தாள். இனி எப்போதுதான் அவர் அதைக் குடிக்கப்போகிறார்? முகூர்த்தம் நெருங்கப்போகிறது. அவள் திருமணத்துக்குத் தயாரானதை அவர் எப்படி எடுத்துக்கொள்வார்? அவருடனான அவளின் பிரியத்தை அவர் உணர்ந்திருந்தார். அந்த நாட்களில் அவருடைய மனைவி கர்ப்பமாயிருந்தாள். மனைவியின் முன் இவர்களிருவரும் ஒன்றாய் போகும்போதெல்லாம், மனைவியைத்தோளோடு சேர்த்தணைத்து அவள் தனக்கு எத்தனை பிரியமானவள் என்பதை நிரூபிக்க ஆசைப்படுவார்.

அவள் எட்டமுடியாத உயரத்துக்கு அவர் மேலே மேலே போயிருந்தார். அவளுக்கு நிழல் மட்டுமே தேவையாயிருந்தது. அதை ஒருபோதும் அவர் புரிந்துகொள்ளவில்லை. வேண்டிய விதமாய்ப் புரிய வைக்க அவளாலும் முடிந்ததில்லை.

செண்டைமேளத்தின் முதல் ஒலி கேட்டதும் அவர் அதிர்ந்தார். ஒரு கட்டத்தில் மேளச்சத்தம் உச்சஸ்தாயினை எட்டியபோது தன் இதயம் அதே தாளலயத்தோடு அடித்துக் கொள்வதாய்த் தோன்றியது. பூசாரி புரியாத

பாஷையில் ஏதோ மந்திரம் ஜெபிக்கத் தொடங்கினார். காலனிக்கு வெளியே அரைமணிநேர நடையின் இடைவெளியில் நிறுத்தியிருக்கும் வாடகைக்காருக்கு ஓடி தப்பித்துவிடலாமா என நினைத்தார். இரண்டு சின்ன எறும்புக் கூட்டம் போல் இருபக்கத்திலிருந்தும் எதிரெதிர் திசைகளிலிருந்து நெருங்கிய ஆட்கள் ஒன்றாய் ஒரே கூட்டமானார்கள். பெண்களுக்கிடையிலிருந்து தேம்பி அழும் சத்தம் கேட்டது. கலசமேந்தி நடந்துவந்தவன் மாக்கோலத்திற்கருகே வெளியே காத்து நின்றான். பூசாரி அவனை வரவேற்றார். கலசத்தை மாக்கோலத்தின் வெளியே வைத்தான். பூசாரி அதைச் சுற்றி நடந்துவந்து மந்திரம் சொல்ல ஆரம்பித்தபோது வறண்ட கூட்டத்தில் வந்த வயதான பெண் உடைந்து அழுதாள்.

"என் செல்லமே"

கூட்டத்திலொரு பெண் அந்த அம்மாவை தாங்கிப்பிடித்து அவர் உட்கார்ந்திருந்த நாற்காலியின் அருகில் கொண்டு வந்து உட்கார வைத்தபோது அவர்கள் கேவினார்கள்.

"என் மகன்.... என் மகன்...."

அவர் கலசம் இருந்த இடத்தை உற்றுப்பார்த்தார். அந்த ஆள்தான் மாப்பிள்ளை என்றறிந்தபோது அவளுக்கும் அழுகை வந்தது. பெல்லூர், நெடுளிக எனப்பல இடங்களில் தேடித்தேடித்தான் கடைசியாக இந்த வரன் அவளுக்கு அமைந்தது என்று அவளுடைய அப்பா கடிதத்தில் எழுதியிருந்தார். குடும்பத்தின் கஷ்டகாலம் முடிந்தது. இத்தனை வருடம் காத்திருந்தாலும் என் மகளுக்குப் பொருத்தமான ஜாதகம் கிடைத்தது. அது அவர்கள் குடும்பத்தின் நம்பிக்கைதான் என்று அவர் இப்போதும் நினைத்தார். இறந்த இருவரின் திருமணம் என்பதை சிறுவயதில் கேள்விப்பட்டிருந்தால், சிலநேரம் புதுமையாக இருந்திருக்கும். மணப்பெண்

அவளாக இருந்ததால் அவரால் அதைச் சாதாரணமாய் விட முடியவில்லை.

அவளுடைய உடல் தொங்கும் மரத்தினருகில் அவர் பிறகு போகவேயில்லை. பிதுங்கி முறைத்துப் பார்க்கும் கண்களும் அறுந்துத்தொங்கும் நாக்கும் அவரை மூச்சு முட்ட வைத்துக் கொண்டிருந்தன. அவள் தற்கொலைக்குக் காரணம் யாருக்கும் தெரியவில்லை. அவருடைய மனைவியைத் தவிர வேறு யாரும் அவரைச் சந்தேகப்படவுமில்லை. உடலை அவர்தான் தாங்கிக் கொண்டார். தகவலறிந்து வந்த சொந்தக்காரர்களை ஆறுதல் படுத்தியதும், ஆம்புலன்சுக்கு பணம் கொடுத்ததும் அவர்தான். அதைச் செய்யவில்லையானால் கல்யாணத்திற்கு அழைப்புக் கடிதம் வராமல் கூட போயிருக்கும் தானும் இந்தக் காட்சிகளை காண வேண்டிய அவசியமே இருந்திருக்காது என அவரே அவரை நொந்து கொண்டார். இலைகளினூடாக சிறு காற்று மறுபடியும் வீசியது. குழியில் மண்ணைத்தள்ளும் சத்தம், அந்தக் காற்றில் நிறைந்திருந்தது. ஆழமான குழிக்குள் தான் போவதாகத் தோன்றியது மாப்பிள்ளை வீட்டார் கொண்டு வந்திருந்த கலசத்தை பீடத்தில் வைத்தார்கள். இனி அவளுடைய முறை. ஆனால் அவள் வருவதைப்பார்க்க எத்தனை முயன்றபோதும் அவரால் முடியவில்லை.

அவர் ஆறிப்போன டீ டம்ளரைக் கீழே வைத்துவிட்டு பாக்கெட்டிலிருந்து கர்ச்சீஃபை எடுத்து முகத்தை அழுத்தித் துடைப்பதை அவள் பார்த்தாள். அவள் எலும்புகளுக்குள்ளாக செல்லரிப்பது போன்ற வேதனையை உணர்ந்தாள். அவள் சாய்ந்து நின்று சாய்ந்து நின்று மரம் சரிந்தது. அவள் இறந்து, அவனை உயிரோடு கொல்லவும் செய்தாள்.

எதிரில் வந்த மாமாவிடம் டாக்ஸி இனியும் காத்திருக்காது என்றோ, வேறு ஏதோ காரணம் சொல்லியோ பதிலுக்குக் காத்திருக்காமல், உருண்ட பாறைகளும் தடித்த வேர்களுமான மரங்களுமிருக்கும் இருட்டு வழியினூடாக முடிந்த அளவிற்கு வேகமாக நடந்தபோது பெருகும் கண்ணீரைத் துடைக்க முயற்சிக்கவில்லை. உருகிய மெழுகுதுளிகள் போன்ற கண்ணீர் அவருடைய கன்னங்களில் உறைந்து போனது. சிறு காற்றாகவேனும் அவரைப் பின்தொடர ஆசைவந்தது அவளுக்கு, வெறுமனே... ஒரு வேளை கால் இடறினால் தாங்க, அவ்வளவுதான்.

அவளைப் பீடத்திற்கு அனுப்பினார்கள். இதோ மேளச்சத்தம் உக்கிரமாய் முழங்குகிறது. இடதுபக்க பீடத்தை நெருங்குகிறாள். இனி அந்த மாப்பிள்ளை அவளுக்கு தாலி கட்டுவான். அவள் அவனுக்கு மாலையிடுவாள். அவர்கள் பரஸ்பரம் இல்லாத கைகளால் பாணிக்ரகன சடங்கு நடத்தி மயானப் பள்ளியறைக்குள் போவார்கள்.

அவர் இரவே காசர்கோட்டிற்கு வந்து, விடியற்காலை வரும் முதல் பஸ்ஸிலோ ரயிலிலோ வீட்டிற்குத் திரும்புவார். இனியும் அவர் தன் மனைவியை முத்தமிட நினைத்தால், மனைவியின் ஸ்தானத்தில் அவளை நினைத்துக் கொள்வார்.

இறந்தவளின் கல்யாணம் இப்படியாக மங்களமாக நிறைவடைந்தது.

தனித்துவமான பூனை

கேபினின் கதவு திறந்து அவள் வருவதைப் பார்த்த போது அவனுடைய இதயம் அதிர்ந்தது. கதவைத் திறந்து பிடித்தவள் ஒரு நிமிடம் நின்றாள். பூனைக் கண்களை மூடித்திறந்து அவனைப் பார்த்தாள். அவளிடமிருந்து பூனை ஒன்று, மெல்லிய நான்கு கால்களைத் தரையில் பதித்து இறங்கியது. என்னை நேசிக்கக் கூடாதா என்ற நிசப்தமான கூக்குரலோடு வாலுயர்த்தி கண் இமைகள் மூடி மூடி அவனைப் பார்த்து நடந்து வந்தது.

என்னை நேசிக்கவில்லையானாலும் நான் உன்னை நேசித்துக்கொண்டே இருப்பேன் என்ற தீர்மானத்துடன் அவனுடைய முழங்காலில் உரசியது. பிறகு பாதங்களில் அனுசரணையோடு படுத்துக் கொண்டது. எல்லாவற்றையும் கவனிக்கும் மேலதிகாரியின் கண்களுக்குத் தெரியாமல் பூனையைத் திருப்பி அழைத்துக் கொள் என அவளிடம் யாசிக்கத் தோன்றினாலும் நிமிர்ந்து பார்க்க தைரியம் வரவில்லை. அதனால் ஃபைலில் இல்லாத பேப்பரை அவசர அவசரமாகத் தேடினான்.

சாட்சிகள் அனைத்தும் அவனது இடது பக்கத்திலிருக்கும் எம்.டி.யின் ஃபைலிலோ, எம்.டி.யின் இடது பக்கத்திலிருந்த ஜி.எம்.மின் ஃபைலிலோ இருக்கலாம். அதைப் பலமுறை வாசித்திருக்கிறான். இரண்டு குற்றங்கள் சாற்றப் பட்டிருந்தது. அதில் ஒன்று ஒரே இடத்தில் இருந்து வேலை செய்ய முடியாமல் களப்

பணிக்காகத் திருவனந்தபுரத்திற்குப் போவதாக சொல்லி விட்டுக் கோழிக்கோட்டிற்குப் போனது, பிரிதொன்று தவறான வழிகளில் பயணித்து போலீஸ் ரெய்டில் பிடிக்கப்பட்டு ஸ்தாபனத்திற்கு களங்கம் உண்டாக்கியது.

''எக்ஸ் க்யூஸ்.மீ.....'' அவள் ப்ரியமாய் கேட்டாள்.

''மே ஐ கம் இன் சார்''

''யூ மே'' எம்.டி.யிடமிருந்து பதில் வந்தது. கண்ணாடிக் கதவை மெதுவாகத் திறந்து அவள் உள்ளே வந்தாள். ஓரப் பார்வை பார்த்தபோது வெள்ளையும் கருப்பும் கலந்து கட்டம் போட்டப் புடவையும் வெள்ளை ப்ளவுசும் அணிந்து அழகாக இருந்தாள்.

நேராகப் பார்க்கவில்லையானாலும் அவளுடைய பூனை நடையின் மெல்லிய அதிர்வினை அவனால் உணர முடிந்தது. முகம் உயர்த்திப் பார்த்தால் அவளிடமிருந்து அடர்த்தியான , வெளுத்த ரோமங்கள் கொண்ட அந்தப் பூனை எங்கே இறங்கி வருமோ என்று பயந்தான். இப்போதெல்லாம் அந்தப் பூனையைப் பார்க்க அவன் பயந்தான். அவனுடைய குரலைக் கேட்டால் அது கவனிக்கிறது, பக்கத்தில் போனால் முடியைச் சிலுத்துக் கொண்டு மிருதுவாய்த் தன்னை சிறிது குறுக்கிக் கொண்டு எழுகிறது.

அழகாய்ப் புடவை அணிந்து முடியை உயர்த்தி கட்டிய ஒரு மத்திய வயதுடைய அவள் திறமையாக விற்பனை மற்றும் லாபக்கணக்கைப் போடும்போது பூனை அதெல்லாம் தன்னை பாதிக்காது என்பதுபோல விளையாட்டைத் தொடங்குகிறது. முதலில் ஒரு மியாவ் சத்தம். முதுகு வளைத்து வால் சுழற்றிக் கொஞ்சம் ஆசையோடு ஒரு பார்வை. பிறகு அவளிலிருந்து குதித்து

இறங்கி அவனுள் சுதந்திரமாக ஏறும். என்னைக் கொஞ்சம் பாரேன் என்று செல்லம் கொஞ்சும். ஒரு டி.ஜி.எம்-க்கு சற்றும் பொருத்தம் இல்லாத கருணையோடு முதலில் அதை அனுமதித்தான். பிறகு தான் ஆபத்து புரிந்தது. பூனைகளுக்குச் சில பிரத்யேக பிரச்னைகள் உண்டு. செல்லம் கொஞ்ச ஆரம்பித்தால் அதை எப்போதும் செல்லமாக வைத்திருக்க வேண்டியிருக்கும். இல்லையென்றால் அலுவலகம் என்று கூடப் பார்க்காமல் தரையிலும் சுற்றுமுற்றும் அலைந்து கொண்டே இருக்கும். ஒரு வருடலுக்கும், பிரியத்திற்கும் வேண்டி வெட்கமில்லாமல் போராடும்.

சில நேரம் வீட்டில் படுக்கை அறைக்குள்ளும் வரும். மனைவியைத் தள்ளிவிட்டு அந்த ஸ்தானத்தையும் கேட்கும். நெஞ்சில் ஒட்டி உரிமை கொண்டாடும். அதற்குப்பிறகு மிதித்து வெளியே தள்ளி விடுவது, இல்லையென்றால் வாரி அணைத்து நெஞ்சோடு சேர்த்து தானும் வெளியே போவது என்ற இரண்டு வழிகள் தான் உண்டு.

கண்ணாடி டேபிளுக்கு எதிரே கொஞ்சம் தள்ளி தனியாய் இருக்கும் சேரில் வந்து உட்கார்ந்திருக்கும் அவளை அவளுக்குத் தெரியாமல் பார்த்தான். உடனே கண்களைத் திருப்பி ஜி.எம்-ஐ பார்த்தான். அவர் மனச் சோர்வுடன் இருந்தார். இது போன்ற தருணங்களில் வழக்கமானதால், அதைப் பெரிதாக எடுத்துக் கொள்ளவில்லை.

"சுஜித்ரா, உன்னோட அப்பா எப்படி இருக்கார்!" ஜி.எம் கேட்டார்.

"எந்த மாற்றமும் இல்லை சார்....." அவள் பவ்யத்தோடு பதில் சொல்வது கேட்டது. அப்பா என்று

அவள் சொல்வது ஒரு கருத்த எலும்புக்கூடாக இருந்தது. அந்த மனிதனை அவன் பார்த்திருக்கிறான். சக ஊழியர் ஒருவரின் மரணச்சடங்கில் பங்கெடுத்து திரும்பி வரும் போது அவளுடைய வீட்டிற்குப் போயிருந்தான். இழுத்துக் கட்டப்பட்ட திரிகோண வடிவில் மரத்தால் இழைத்த வீடு. உள்ளே அழுகிய நாற்றமெடுக்கும் அறைக்குள் தான் அந்த எலும்புக்கூடு இருந்தது. கண்மணிகள் காட்சியை இழத்து இமைகளுக்குள்ளாக எங்கேயோ போய்ச் சொருகி இருந்ததால் வெளுத்த இரண்டு அவலங்கள் மட்டுமே முகத்தில் இருந்தன. வருடக்கணக்காய் அப்பா பேச்சரவமின்றிப் படுத்துக் கிடப்பதாய் சொன்னாள். அம்மா என்று அவள் அழைப்பது இன்னும் கொஞ்சம் வெளுத்த நடக்கும் எலும்புக்கூடாக இருந்தது.

வாழ்க்கையில் ஒரு முறைகூட சிரிப்பென்பதை அறியாதவளாயிருந்தாள் அந்த அம்மா. மௌனமாக தேனீர் கொண்டு வந்து தந்தாள். நான் கிளம்பியபோது கூடவே வந்த அவளைக் கூப்பிட்டு தள்ளி நிறுத்தி அடங்கிய குரலில் ஏதோ சொன்னாள். மகளோடு பேசும் போதான பிரியமோ, நெருக்கமோ அம்மாவின் முகத்தில் இல்லை. அவள் தோள்பையைத் திறந்து பணம் எடுப்பதையும், கேட்ட தொகையை ஒப்பாய் கொடுக்க பேகின் வேறு சிறு அறைகளைத் திறந்து பார்ப்பதையும் காண முடிகிறது. திரும்பி வரும் பொழுது கூட்டுரோட்டின் திருப்பத்தில் அவள் வண்டியை நிறுத்தச் சொன்னாள். சாலையைத் தாண்டி ஒரு தொலைபேசி நிலையத்திற்கு போனாள். இரண்டு நிமிடம் கழித்துத் திரும்பிவரும்போது அவளோடு ஒரு தடித்த பெண்ணும் இருந்தாள். அவளைத் தன் அக்கா என அறிமுகப்படுத்தினாள். காரைத் திருப்பும் போது அந்தப் பெண்ணைப் பக்கத்தில் பார்க்க முடிந்தது. முகம் நீர் கோர்த்து உப்பிப் போயிருந்தது. டயாலிஸஸ்

தாமதமானதால் நீர் கோர்த்திருக்கிறது என்று வேதனையோடு பிறகு சொன்னாள். இந்த மாதிரியான குடும்பத்திலிருந்து அவள் எப்படி கல்லூரிக்குச் சென்றாள் என்றும், படிப்பை முடித்தாள் என்றும் அவனுக்கு ஆச்சரியமாய் இருந்தது. கேட்டால் அழுது விடுவாளோ என்றும் அவன் வேதனைப்பட்டான்.

"சுஜித்ரா உன்னைக் கூப்பிட்டது....." எம்.டியின் குரல் மீண்டும் கேட்டது.

"நம் ஸ்தாபனத்தின் மிக பெரிய சொத்து எது தெரியுமா?"

சட்டென அவளுடைய முகத்தைப் பார்த்தான். மிகச்சரியாக அதே நேரத்தில் அவளும் பார்த்தாள். அவனுடைய உடலில் பலம் குறைவதை உணர்ந்தார். தொண்டை வறண்டது.

மகளுடைய அட்மிஷனுக்குப் போய்த் திரும்பிவரும் இரவில்தான் ஆரம்பமானது. ரயிலில் இரண்டாம் வகுப்பு ஏசியில் அவளும் இருந்தாள். அவளுக்கு அதே நகரத்தில் ஃபீல்டு ஒர்க் இருந்தது என்று இரயில்வே ஸ்டேஷனில் இருந்தபோது சொன்னாள். எதிரெதிரில் இரண்டு பெர்த்துகள் வேண்டுமென டி.டி.இ-யிடம் அவள்தான் கேட்டுக் கொண்டாள். இரவு நிறைய நேரம் பேசிக் கொண்டிருந்தோம். வாழ்க்கை குறித்துப்பேசும்போது நிறைய அழுதாள். பெண்கள் அழுதால் அவனுக்கு எப்போதும் பிடிக்காது. ஆறுதல் படுத்தத் தொடங்கியது தான் ஞாபகம் இருக்கிறது. பாரமில்லாத மயில்பீலிக் கட்டுபோல அந்தப் பூனை தன் பூப்பாதங்களினால் தாவி எதிர்பாராத நேரத்தில் மேலே விழுந்தது. பாதங்களால் தடவித்தடவி பூனை அன்பினை யாசித்தது. அவர் அதைச் சேர்த்து அணைத்துக் கொண்டார்.

"எங்களுக்கு எங்களுடைய ஸ்தாபனப் பெயர் ரொம்ப முக்கியம் சுஜித்ரா. அதனால் தான் சில தீர்மானங்களை எடுக்க முடிவு செய்திருக்கிறோம்". ஜி.எம் பேசுவது கேட்டது இதே வார்த்தைகளை எம்.டி முன்பே அவளிடம் சொல்லியிருந்தார்.

"தாஸ், என்ன பார்க்கறீங்க? உங்க ஃபேமிலில, சமூகத்தில் உங்களுடைய நிலை, எல்லாவற்றிற்கும் மேலாக உங்க மனைவியோட ஃபேமிலி ஸ்டேட்டஸ்?"

"........................"

முட்டாள்தனமாக யோசிக்க வேண்டாம். அவங்க எல்லாம் தேவையானவற்றை மிகச் சரியாக எடுத்துக்குவாங்க. வாழ வழியில்லாதவர்கள் மேலதிகாரியை வசீகரித்து...."

மீதியை ஜி.எம்.மே முடித்தார். என்ன செய்ய வேண்டுமென எழுத வேண்டிய வாசகங்களை அவரே திருத்திக் கொடுத்தார்.

இரவில் மிகவும் குழப்பமாக இருந்தது. மனைவி மக்களுடைய முகம் மனதில் நிழலாடியது. பிறகு மரச்சட்டங்களிலான வீட்டில் கண்மணிகள் இல்லாமல் சூன்யமாய்ப் போன கண்களால் வெற்றிடத்தைப் பார்த்து கிடக்கும் எலும்புகூடு நினைவுக்கு வந்தது. ஆளில்லாத வீட்டின் படுக்கையறையில் போடப்பட்டிருந்த மேசையில் பேப்பரும், பேனாவுமாக உட்கார்ந்து யோசித்துக் கொண்டிருந்த போது தான் அவள் வந்தாள்,

"ஒரு கடிதம் பேருக்காவாவது....." மெதுவாக அவளைக் கிளறிவிட முயன்றதை அவன் நினைவு படுத்தினான்.

"நான் எழுத மாட்டேன் எனக்கு இந்த வேலை வேணும்".

அவள் பிடிவாதத்துடன் சொன்னாள்.

"நமக்கு ஒரு அஃபயர் இருந்தால் அது நம்முடைய தனிப்பட்ட விஷயம். அதில் தலையிட யாருக்கு அதிகாரம் இருக்கு?"

அவளோடு தர்க்கம் செய்ய முடியவில்லை. செல்லம், எந்த பூனையையும் வசப்படுத்த வழி அதுதான். கடைசியில் வசப்பட்டாள்.

"சார் சொல்றதுபோல..., எப்படி எழுதணும்?"

ஒரு வரிதான் "முடிவாக தனிப்பட்ட காரணங்களினால்......"

ஆனால் அவள் என்ன எழுதினாள் தெரியுமா?

"சார் முடிவாக தனிப்பட்ட காரணங்களினால் எனக்கு உங்களுடைய கண்களைப் பிடிக்கும். பாரமேறிய மயில் பீலிக்கட்டுகளை ஏந்திய ஆண் மயில்களைப் போன்றவை அவை. என்னை பார்க்கும்போது மழை மேகம் பார்த்த குதூகலத்துடன் பீலி விரித்து ஆடுவதாய் எனக்குத் தோன்றுகிறது."

ஆனாலும் அவள் கொஞ்சம் திமிர் பிடித்தவள் தான். அனுசரனையே இல்லை. மற்றவருடைய பிரியத்தை, சகிப்புத் தன்மையை, பெருமையை என எல்லாவற்றையும் எப்போதும் சோதித்துக் கொண்டே இருப்பாள்.

"இதான் பெண்களுடைய பிரச்னை"

பேப்பரைச் சுருட்டி எறிந்தவன் எரிச்சலோடு சொன்னான்.

"சரியாகச் சொன்னால் உறவுகளில் புரிதல் இல்லை"

"இது தான் ஆண்களுடைய பிரச்னை" சிரித்தபடி தொடர்ந்தாள்.

"அவங்க எப்போதும் எங்கேயும் மேலதிகாரிகள் தான்."

சிறிது நேரம் அவள் படுக்கையில் கவிழ்ந்து கிடந்தாள். ஏதேதோ யோசித்தாள். பிறகு எழுந்து இன்னொரு பேப்பர் எடுத்து எதையோ எழுதிக் கையெழுத்திட்டாள். மடித்து கவரில் போட்டு விலாசம் எழுதினாள்.

"சுஜித்ரா உன்னோட யார் இருந்தாங்கன்னு நாங்க கேக்கல. யாராக இருந்தாலும் அவங்கள நாங்க குத்தம் சொல்ல முடியாது. பெண்ணா இருக்கற நீதான் கவனமா இருக்கணும்.

ஜி.எம். கோபப்பட்டார். பிறகு சட்டென முகம் திருப்பி அவனைப் பார்த்தார்.

"ராமதாஸ் நீங்க ஒண்ணும் சொல்லலியே?"

அவன் கண்ணாடியைக் கழட்டி வைத்து தலை உயர்த்திப் பார்த்தான். அவளுடைய பூனைக் கண்கள் அவனுக்கான மின்னிக் கொண்டிருந்தன. கண்களில் இருந்து பூனை இறங்கி வந்தது. வேட்டை நாய்களுக்கிடையில் அகப்பட்டதுபோல வெளிறி வெளுத்த மேகக்கூட்டம் போலான பூனையின் கருத்த எண்ணெய் வழவழப்புடன் இருக்கும் மூக்கின் நுனியில் ஈரம் மின்னியது. மீசை ரோமங்கள் துள்ளித் துடித்தன.

“வேலை போனால்.....” கவரை ஒட்டி கையில் தரும் போது அவளுடைய குரல் நடுங்கியதை உணர்ந்தான். ஒரு கூட்டுத் தற்கொலை இப்படி ஏதாவது சொல்ல அவள் யோசித்து இருக்கலாம்.

‘‘அட நானில்லையா?’’ அவன் அவளுடைய தலையைத் தடவிக் கொடுத்தான். நெற்றியில் முத்தமிட்டான். அவள் தன்னைக் குறுக்கிக் கொண்டவளாய் தோளில் சாய்ந்தாள்.

தன் செக்ஷன் உதவியாளர், முடிவெடுக்க வேண்டியது டி.ஜி.எம்தான். கூட்டாக செய்தி தயாரித்து வெளியிடுவதைப் பற்றி அவள் விளையாட்டாய் ஒரு முறை சொல்லியிருக்கிறாள். பத்திரிகையில் வந்த ரெய்டு செய்தியில் தன் பெயர் இல்லாததைப் பார்த்து அவன் ஆசுவாசப்படுத்திக் கொண்டான்.

‘‘ராமதாஸ்’’

ஜி.எம் கூப்பிட்டார் கேள்விக்கான தன்னுடைய பதிலுக்காய் அவர் காத்திருப்பது இவனுக்கு ஞாபகம் வந்தது.

“நம்முடைய அபிமானம் அந்தஸ்து, நேர்மை.... வேற எதுவாக இருந்தாலும் நாம பொறுத்திருத்திருக்கலாம்” அவரது குரல் அடங்கிப் போனது. பூனைக் கண்களில் பகையின் பாவம் தெரிந்தது. நகங்கள் நீட்டி நடு முதுகு வளைத்து ரோமங்கள் எழுந்து சிலிர்ப்பி அது எழுந்ததை அவன் பார்த்தான்.

‘‘ராஜிநாமாவை நாம் ஏற்றுக் கொள்ளலாம்’’ தப்பித்துக் கொள்ளும் மனோபாவத்துடன் அவர் அதை முடிக்க நினைத்தார்.

‘‘வி ஹேவ் நோ சாய்ஸ்’’

பூனை வெந்நீரில் விழுந்து எழுந்ததைப் போல அவன் உணர்ந்தான். மினுமினுப்பையும், மென்மையையும் ஒரு சேர இழந்த ரோமங்கள் மஞ்சள் நிறமாக மாறின. மூக்கினருகில் மினுமினுக்கும் எண்ணெய் கருப்பு மறைந்து, குறுத்தெலும்பு வெளியே தெரிகிறது. கண்மணிகள் மாறுகின்றன. ஆனால் அப்போது அவன் கோபத்துடன் கேட்டான்.

"நாசம். இது எதற்காக என் கால்களைச் சுற்றிச் சுற்றி வருகிறது." அவள் எழுந்தாள். பூனைக்கண்கள் சிறுத்து மூடி இருந்தது யாரிடமும் சொல்லிக் கொள்ளவில்லை. யாரையும் பார்க்கவில்லை.

அவளுக்குப் பின்னால் கண்ணாடிக் கதவு அடைக்கப் பட்டபோது ஜி.எம் ஆசுவாசத்தோடு சிரித்தார்.

"இப்படி...... இது ஸ்மூத்தாய் முடிச்சிருச்சு இனி உங்க மனைவியைத் தைரியமா கூட்டிட்டு வரலாம்."

அவனுக்குக் காலடியில் ஒரு நனைந்த பஞ்சுப்பொதி கிடப்பதுபோலத் தோன்றியது. பூனைகளுக்கு மரணம் இல்லையா? அப்படியே இறந்தாலும் உயிர்ப்பித்து வர ஆரேழு ஜென்மங்கள் இருக்குமோ? சந்தேகம் தோன்றியது அவனுக்கு.

"எனக்குப் பூனை கண்கள் உள்ள பெண்களைப் பிடிக்காது. அவர்களுக்குப் புத்தி அதிகமாக இருக்கும்" எம்.டி சொன்னார்.

"புத்தி மட்டும் இல்ல சார்...."

அவன் சிரித்தபடி கண்ணடித்தான். புரிந்த போது எம்.டி சத்தமிட்டுச் சிரித்தார். ஒரு நிமிடம் கழித்து ஜி.எம் மும் சேர்ந்து கொண்டார்.

"சேர்ந்த சிரிப்பிற்கிடையில் அவன் ஷூவின் அடி பாகத்தை வைத்து நிலத்தில் ஏதோவொன்றை அழுத்துவதையும் மிதித்து அடக்குவதையும் ஒரு வேளை மேலதிகாரி கவனித்திருக்கக் கூடும். ஆனால் அது என்னவென்றும், எதற்காகவென்றும் அவர் கேட்கவில்லை.

பல விஷயங்களிலும் சில தனிப்பட்ட காரணங்கள் யாருக்கு இல்லாமல் இருக்கிறது?